நூற்றுக்கு நூறு

மருத்துவர் இரா. ஆனந்தகுமார், இ.ஆ.ப.

நியூ செஞ்சுரி புக் ஹவுஸ் (பி) லிட்.,
41- பி, சிட்கோ இண்டஸ்டிரியல் எஸ்டேட்,
அம்பத்தூர், சென்னை- 600 050.
☎ : 044 - 26251968, 26258410, 48601884

Language: Tamil
Nootrukku Nooru
Author: **Dr. R. Ananthakumar I.A.S.**
First Edition: December, 2019
Second Edition: December, 2020
Third Edition: September, 2023
Copyright: Author
No. of pages: 150
Publisher:
New Century Book House Pvt. Ltd.,
41-B, SIDCO Industrial Estate,
Ambattur, Chennai - 600 050.
Tamilnadu State, India.
Email: info@ncbh.in
Online: www.ncbhpublisher.in

ISBN: 978 - 93 - 8897 - 376 - 2
Code No. A 4230
₹ 155/-

Branches
Ambattur (H.O.) 044 - 26359906 **Spenzer Plaza (Chennai)** 044-28490027
Trichy 0431-2700885 **Pudukkottai** 04322- 227773 **Thanjavur** 04362-231371
Tirunelveli 0462-4210990, 2323990 **Madurai** 0452 2344106, 4374106
Dindigul 0451-2432172 **Coimbatore** 0422-2380554 **Erode** 0424-2256667
Salem 0427-2450817 **Hosur** 04344-245726 **Krishnagiri** 04343-234387
Ooty 0423 2441743 **Vellore** 0416-2234495 **Villupuram** 04146-227800
Pondicherry 0413-2280101 Nagercoil 04652-234990

நூற்றுக்கு நூறு
ஆசிரியர்: **மருத்துவர் இரா. ஆனந்தகுமார், இ.ஆ.ப.**
முதல் பதிப்பு: டிசம்பர், 2019
இரண்டாம் பதிப்பு: டிசம்பர், 2020
மூன்றாம் பதிப்பு: செப்டம்பர், 2023

அச்சிட்டோர்: **பாவை பிரிண்டர்ஸ் (பி) லிமிடெட்.,**
16 (142), ஜானி ஜான் கான் சாலை, இராயப்பேட்டை, சென்னை - 14
☎: 044 - 28482441

All rights reserved. No part of this book may be reprinted or reproduced or utilised in any form or by any electronic, mechanical, or other means, now known or hereafter invented, including photocopying and recording, or in any information storage or retrieval system, without permission in writing from the publishers.

3

பொருளடக்கம்

1.	புத்தக வடிவமைப்பும் அதன் நோக்கமும்	5
2.	வள்ளுவரும் கோல்மேனும்	15
3.	அ.ஆ	26
4.	பால் எக்மேன்	42
5.	குழந்தைகள் ஏன் பொய் சொல்கிறார்கள்?	52
6.	உணர்வுசார் நுண்ணறிவு	58
7.	குறள்சிறுகதை - 1	71
8.	குறள்சிறுகதை - 2	83
9.	மாறும் குணங்கள்	91
10.	சைக்கோ நியூரோ இம்யுனாலஜி	96
11.	நட்பின் பெருமை	114
12.	இருந்தாலும் இல்லாவிட்டாலும் உதவும்	118
13.	ஒவ்வொரு நொடியிலும் வாழ்வு	123
14.	உணர்வருந்துதல்	130
15.	மனசறிவியல் - இது ஒரு தொடர்கதை	137
16.	வாசகர் கருத்துகள்	140
17.	**Glossary**	145

1. புத்தக வடிவமைப்பும் அதன் நோக்கமும்

1.1. கதை ஆரம்பம்

நூற்றுக்கு நூறு என்கிற இந்தப் புத்தகத்தில் என்ன எழுதியிருக்கிறோம் என்று படித்தால் நீங்கள் உணர்ச்சிவசப்படுவீர்கள். ஏனென்றால் உணர்வுசார் நுண்ணறிவு என்கிற (Emotional Intelligence) எமோஷனல் இன்டெலிஜென்ஸ் குறித்த புத்தகம் இது. படித்தால் மட்டும் போதுமா...? என்பது மிகவும் பிரபலமான கேள்வி! படிப்பு மட்டுமே வாழ்வில் வெற்றி தேடித் தருவதில்லை, மனிதர்கள் தங்கள் உணர்ச்சிகளை நுண்ணறிவாக கையாளத் தெரிந்துகொள்வதற்கு நூற்றுக்கு நூறு அத்தியாவசியம். இந்தப்புத்தகத்தில் உலகெங்கிலும் இப்பொழுது முக்கியத்துவம் தந்து பேசப்படுகின்ற எமோஷனல் இன்டெலிஜென்ஸ் குறித்து மிக எளிமையான முறையில் சொல்லப்பட்டுள்ளது.

தேர்வுகளை வென்றுவிடுவதில் முடிந்துபோவதில்லை வாழ்க்கை!

அங்கேதான் ஆரம்பிக்கின்றது. நம் புத்தகமும் அங்கேதான் ஆரம்பிக்கிறது. பள்ளிப் பருவத்தில் எப்போது பெரியவர்களாவோம்... பெரியவர்களைப் போல மகிழ்ச்சியாக வாழ்வோம்! என்று கனவு கண்டது உண்டு... வளர்ந்த பின்னரே பள்ளிப் பருவம் எவ்வளவு இனிமையாக இருந்தது என்று உணர முடிகின்றது. கற்பனைச் சிறகு களோடு பறந்த கல்லூரிக் காலங்களும் மிக வண்ணமயமானவை.

நேர்மை ஒருவருக்கு சுமையாகத் தெரியக்கூடாது. உழைப்பு ஒருவருக்கு உபத்திரவம் கொடுக்கக்கூடாது. கல்வி ஒருவரை துயரத்துக்கு உள்ளாக்கினால் அது தோல்விதான்! வெற்றிகரமாகப் படிப்பது எப்படி? என்று இந்தப் புத்தகத்தில் பார்க்கப் போகின்றோம். தேர்வுத் தாளில் நூற்றுக்கு நூறு எடுப்பதைக் காட்டிலும் வாழ்க்கைத் தேர்வில் சதமடிப்பது முக்கியம். ஒருவர் வாழ்வைப்போல இன்னொருவர் வாழ்வு அமையப் போவதில்லை... அமையவும் கூடாது... அந்தவகையில் பார்க்கப்போனால் நூறு சதவிகித திருப்தியோடு நமது வாழ்வை வாழ்வதே நம் இலக்காக அமைந்திருக்க வேண்டும். அதற்கான முயற்சிகளில் ஒன்று கல்வி.

முன்பெல்லாம் வாழ்க்கைக் கல்வி என்று பள்ளியில் ஒரு பாடம் வைத்திருந்தார்கள். இன்றும் அது வகுப்பறையில் விவாதிக்கப்படு கின்றது. பிரான்ஸ் தேசத்தில் பள்ளிகளில் உணவு உண்பதில் இருந்து உடை, பேச்சு, கலாச்சாரம் வரை அனைத்தையும் பள்ளிகளில் கற்பிக் கிறார்கள். பள்ளிகளில் அவற்றைக் கற்றுக்கொள்வது நினைவில் வைத்துப் பயன்படுத்த ஏதுவாக இருக்கும். வீட்டில் பெற்றோர்கள் அதற்குரிய முன்னுதாரணமாக இருந்தால் பயனுள்ள முறையில் பல பாடங்களைக் கற்றுக்கொள்ள இயலும்.

குழந்தைகள் சொல்லிக்கொடுங்கள் என்று கேட்கும்பொழுது, நமக்குத் தெரியாத பாடமாக இருந்தாலும் கற்றுக்கொள்ள முயற்சி செய்யும் பொழுது, பொழுது மிகவும் பயனுள்ளதாகக் கழிகின்றது. நிறைய புதிய விசயங்களைக் கற்றுக்கொள்ள முடிகின்றது. இப்படியே உரைநடையாக எழுதிக்கொண்டே போனால்... கொஞ்ச நேரத்தில் தூக்கம் வந்துவிடும்... எழுதுபவருக்குக் கூட...

அதுமட்டுமல்ல, எமோஷனல் இன்டெலிஜென்ஸ் குறித்துப் படித்தால் அதை அதிகப்படுத்திக் கொள்ள முடியும். பயிற்சி செய்தால் பண்பை வளர்த்துக்கொள்ள, குணநலனை குறிப்பிடத்தக்க அளவு முன்னேற்றம் அடையச் செய்ய முடியும் என்று நவீன அறிவியல் தெரிவிப்பதால்... இப்புத்தகம் எழுதுதல் என்கிற முயற்சி செய்யப் பட்டுள்ளது.

எனவே... இந்தப் புத்தகத்தின் நடையை... ஒரு கற்பனைக் குடும்பத்தில் நடக்கும் உரையாடலாக அமைத்து அதன் வழியாக சிலபல கருத்துகளைப் பகிர்ந்து கொள்ள முயற்சி செய்யலாம்.

இந்தப் புத்தகம் எழுதப்பட்ட போதே புலனம் (வாட்ஸ் ஆப்) மூலம் பகிர்ந்துகொள்ளப்பட்டு அதற்கு நண்பர்களிடம் இருந்து வந்த பின்னூட்டங்கள் பெட்டிச் செய்தியாக புத்தகத்தின் இறுதியில் பகிர்ந்து கொள்ளப்பட்டு உள்ளன!

இந்தப்புத்தகத்தில் அங்கொன்றும் இங்கொன்றுமாக "ஒரு சோறு பதம் பார்க்க" விரும்பும் நண்பர்களுக்காக... 2.6. ஜீன் ஜோதிடம், 5.4. கீ தொலைத்த க.க, 6.18 பூலோக சொர்க்கம், 8.4. இலட்டுப்போல, 10.12. ஏஞ்சல், 14.உணர்வருந்துதல், 14.3. புலிமியா போன்ற சில தலைப்புக்களை ஒருமுறை படித்துப்பாருங்கள் என்று கேட்டுக் கொள்ளலாம். அப்படிப் படித்தால் இந்தப் புத்தகம் வித்தியாசமானதாக, பல்சுவை நிறைந்ததாக இருப்பதை உணர்ந்து முழு புத்தகத்தையும் ஆர்வமாகப் படிப்பீர்கள் என்பதில் ஐயமில்லை.

1.2. மொரப்பூர் இரயில் நிலையம்

ஒவ்வொரு புதிய விசயத்தையும் ஒரு கேள்வியோடு தொடங்கலாம்... அது... சிந்தனையைக் கிளறிவிடும். பதில் தேட வைக்கும். ஆர்வத்தை உயிரோட்டமாக வைத்திருக்கும். அப்படிப்பட்ட முதல் கேள்விதான் பார்ட்டிசிப்பேட்டேரி நோட் (Participatory Note) என்றால் என்ன? என்பது ஆகும். இப்படி பங்கேற்பு குறிப்பு! என்றால் எதோ ஒரு விழாவில் பங்கேற்க எடுத்து வைத்துள்ள குறிப்பு என்று பொருள் கொண்டுவிட முடியும். அது என்ன விழா? யார் தலைவர்? என்று யோசிக்கலாம். அப்படி இல்லாமல் இது உயிரியலா, வேதியலா, பொருளியலா? பொறியியலா? சமூகவியலா? என்று எந்தப் பாடத்தில் வரும்? என்று ஆராய்ந்து பார்க்கலாம்!

அதைப்பற்றி யோசிக்கிற வேளையில்தான் ஐ.ஏ.எஸ் தேர்வு எழுத பள்ளிப் பருவத்தில் ஏழாவது எட்டாவது படிக்கிற வயதில் என்ன படிக்கலாம்? எப்படிப் படிக்கலாம்? என்று இனியாளைப் பார்த்துக் கேட்டார், செல்வகுமார்.

செல்வகுமார் அவர்களது மகள் சிவசக்தி எட்டாவது படித்துக் கொண்டு இருந்தாள். இவர்கள் அமர்ந்திருந்த இடம் மொரப்பூர் புகைவண்டி நிலையம். நான்கே நடைமேடைகள் கொண்ட அவ்வளவு பரபரப்பாக இல்லாத புகைவண்டி நிலையம். மாலை வேளை. சென்னைக்கு செல்லவேண்டிய இரயில்வண்டி இரண்டு மணி நேரம் தாமதமாக வருமென்று எதிர்பார்க்கப்பட்டது.

இனியாள், ஒரு வங்கியில் உயர் பதவியில் இருக்கிறார். அவரது குழந்தைகள் உடன் வந்திருந்தனர். நினைத்தால் விமானத்திலும் சென்னை சென்று இருக்கலாம். செல்வகுமாரின் தம்பி பரந்தாமன் தவித்துப் போனார். மேடம்... இங்கே ஏன் காத்திருக்க வேண்டும் மழை வருகிறது போல உள்ளது... நேரே சென்னைக்கு நானே காரில் கொண்டு விட்டுவிடுகிறேன் என்றார்.

முன்பதிவு செய்த இரண்டாம் வகுப்பு அமர்ந்து செல்லும் புகை வண்டிப் பயணத்தை மாற்றிக்கொள்ள வேண்டாம் என்றே இனியாள் தெரிவித்தார். முன்பு பரேய்லி, உத்திரப் பிரதேசத்தில் படித்த 1999-2002 காலகட்டத்தில் ஆறு ஏழு மணி நேரம் எல்லாம் காத்திருந்து இரயிலைப் பிடித்த அனுபவம் உண்டு என்றார். பிளாட்பாரத்தில் பொது மக்களோடு ஒன்றாக அமர்ந்திருந்தார்கள் அனைவரும். அப்பொழுது இராமானுஜன் எண் 1729 என்பதைக் குறித்து சிவசக்திக்கு இனியாள் சொல்லித் தந்து கொண்டு இருந்தாள்.

இராமானுஜன் எண் என்றால் உங்களுக்குத் தெரியுமா? என்று கேட்ட பொழுது... படிக்கிற உங்களுக்கும் சொல்ல வேண்டும். மும்மடங்கு, மிகச்சிறிய எண்... என்ற விளக்கத்தை நீங்களே படித்துக்கொள்வீர்கள் அல்லது இனியாள் உங்கள் ஊருக்கு வரும்பொழுது கேளுங்கள்.

1.3. இந்திய ஆட்சிப்பணித் தேர்வுக்கு என்ன படிப்பது? எப்போது படிப்பது? எப்படி படிப்பது?

சிவசக்திக்காக... செல்வா கேட்ட கேள்விக்கு, இனியாள் என்ன பதில் சொன்னார்?

ஏழாவது எட்டாவது படிக்கின்ற வயதில் இருந்து இந்திய ஆட்சிப் பணித் (IAS) தேர்வைக் குறி... வைத்துப் படிக்க வேண்டுமா?

என்றால்...

அதில் ஏதும் தவறு இல்லைதான்.

இந்த வயதில் அதற்குரிய பாடங்களையும்... அவற்றைத் தாண்டிய பொது அறிவுப் புத்தகங்களையும் படிக்கலாம். இணைய தளங்களில் பல கல்வியை முன்னேற்றும் கருத்துள்ள பாடங்களும், காணொளிகளும் கிடைக்கின்றன அதையும் படிக்கலாம். ஐ.ஏ.எஸ். தேர்வுக்கான கேள்வித்தாள்கள் இணையதளத்தில் உள்ளன. அவற்றைக் காட்டலாம்... என்று கூறினார். அடடே... இது மிக நீளமான பட்டியலாக உள்ளதே என்று தோன்றியது... பிஞ்சுக் குழந்தைக்கு இவ்வளவு சுமையா? என்று இன்னொரு கேள்வியும் வந்தது...

குமார் கேட்ட கேள்வி அப்படி!

அந்தக் கேள்வியை இன்னும் வேறுமாதிரி கேட்டிருக்கலாம்...

1.4. கோடிப் புத்தகங்கள் விற்றவர்

அப்படித்தான் ஒரு யு.ட்யூப் காணொளியில் கேட்டார்கள்.

“இன்றைய குழந்தைகள் என்ன படிக்க வேண்டும்?”

இது ஒரு சிறந்த கேள்வி?

எந்தப் பரிட்சையும் இதில் சம்பந்தப்படவில்லை.

உலகம் மிக வேகமாக மாறிக்கொண்டு இருக்கிறது. தொழில் நுட்பம் வளர்கிறது. இணையதளமும், தகவல் தொழில்நுட்ப சாத்தியக் கூறுகளை சர்வசாதாரணமாக நிஜமாக்கிக்கொண்டே செல்கிறது... இதையெல்லாம் மனதில் வைத்துக் கொண்டு ஒரு படிப்பைத் தேர்ந் தெடுத்துச் சொன்னார்...

கேள்வியை எதிர்கொண்டவர்.

அது என்ன படிப்பு?

அந்த பதிலைச் சொன்னவர் யார்?

அவருடைய ஒரு கோடியே இருபது இலட்சம் புத்தகங்கள் சமீப காலத்தில் விற்பனையாகியுள்ளது என்கிற கொசுறுத் தகவலையும் சொல்லி விடலாம்...

யாருங்க அது?

சொல்றோம்...

பார்ட்டிசிபேட்டரி நோட்... என்றால் என்ன என்று கேட்டு இருந்தோம். அது என்ன பாடத்தில் வரும் என்பதைக் கூட ஒரு சுத்து சுத்தி விட்டிருந்தோம்.

அது பொருளாதாரப் பாடத்தில் வரும். இந்த வருட 2019 ஐ.ஏ.எஸ் முதனிலைத் தேர்வில் கேட்கப்பட்ட கேள்வி அது. பரவாயில்லையே...

இப்படிப்பட்ட கேள்விகளைக் கூட சாதாரணமாக கேட்க முடியுதே? எதிர்கொள்ள முடியுதே! எளிமையான தமிழில் விளக்க முடியுதே! என்று தோன்றலாம்...

அது இப்போது அல்ல,

பதில் சொன்னபிறகு தோன்றும்...

அது என்ன பதில்...

நம் நாட்டில் பங்கு வணிகம் நடக்கிறது. அதில் வெளிநாட்டில் இருந்து கலந்து கொண்டு பங்கு வாங்குபவர்கள் நம் நாட்டில் பதிவு செய்திருக்க வேண்டும். அப்படி நேரடியாக பதிவு செய்தவர்கள் இந்தியன் பேங்க் போன்றவர்கள். வெளிநாட்டில் இருக்கிற ஒருவர் (சிட்டி பேங்க்) அந்த மாதிரி ஏற்கனவே பதிவு பெற்றவர்களிடம் அனுமதி பெற்று அவர்கள் வழியாக பங்கு வணிகத்தில் ஈடுபடலாம். நேரடியாக இந்தியாவில் பதிவு செய்யாத இவர்களுக்கு தரப்படும் இந்த முதலீட்டு வழிவகை Participatory Note ஆகும்.

அவ்வளவுதான்...

பணம்... பணம் பண்ணிக்கொண்டிருக்கிற கால கட்டம். எல்லாமே... வங்கிகளின் கணினிகளில் உள்ள மின்னணு மினுக்கல்கள்தான்... கோடிகள் மதிப்பிலான பணம், வெறும் கணக்குகள் வழியாக உலகை நம்பிக்கை மூலம் வழி நடத்துகிறது. இது எதிர்காலத்தில் மாணவர்களாக இருப்பவர்களால் மட்டுமல்ல எல்லா மனிதர்களாலும் உணர்ந்து கொள்ளப்பட வேண்டிய ஒன்றாகும். அடிப்படை பொருளாதார அறிவு அத்தியாவசியமானது. ஐ.ஏ.எஸ் கேள்வி இந்தத் தகவலைச் சொல்ல ஒரு வாய்ப்பைக் கொடுத்தது. இனியாளின் மகன் சொற்சிற்பிக்கு இந்தக் கேள்வியை அவர் சொல்லிக் கொடுத்திருந்தார்.

இனியாள், சொற்சிற்பி, இளங்கன்று இந்த மூன்று பேரும் சென்னையில் வாழ்கின்றனர், இவர்களைப் பற்றி போகப் போக இன்னும் சொல்வோம். இனியாளின் கணவர் வெளியூரில் மருத்துவ மேற்படிப்புப் படிப்பதால்... இனியாள் அலுவலகம் போகும் நாட்களில் சில வேளைகளில் குழந்தைகளுக்கு விடுமுறையாக இருக்கலாம், அது மாதிரியான நாட்களில் இவர்கள் மூன்று பேரும் பிரிந்திருக்கிற நேரத்தில் இரண்டு மணி நேரத்திற்கொருமுறை போனில் பேசுவார்கள். அதில் இரண்டு கேள்விகளை இனியாள் கேட்டு பதில் கூறி விளக்குவார். அப்படி வந்த கேள்விகளில் பல சுவாரஸ்யமானவை. அதில் ஒன்றுதான் இது.

சுவாரஸ்யம் இல்லா கேள்விகள் எதுவும் இல்லை. அவற்றைக் கேட்கும் முறையில்தான் சுவாரஸ்யம் உருவாகிறது. இனியாள் அப்படி பில்ட் அப் கொடுப்பதில் கில்லாடி... குழந்தைகள் சுவாரஸ்ய மாக இல்லாத கேள்விகள் கேட்டால், ஃபோனே செய்யாமல் டிமிக்கி கொடுத்துவிடுவார்கள். இங்கே... நிலைமை நேர்மாறு... அம்மா... கேள்வி ப்ளீஸ் என்பார்கள் என்றால் பார்த்துக் கொள்ளுங்களேன். ஆர்வம் இருந்தால் அதிசயங்கள் தானாய் உருவாகும்.

1.5. யுவல் நோவா ஹராரி:

அப்படிப்பட்டதொரு அதிசய மனிதர்தான்... நாம் சொன்ன 1.2 கோடி புத்தகாசிரியர்... யுவல் நோவா ஹராரி... Yuval Noah Harari... *இவர் எழுதிய புத்தகங்களைப் பற்றி நிறையச் சொல்லியிருக்கின்றார் இனியாள்... இங்கே அவர் குழந்தைகள் எதைப் படிக்க வேண்டும் என்று சொல்கிறார் என்று கேட்பீர்களேயானால் அதுதான் எமோஷனல் இன்டெலிஜென்ஸ்... இதைக் கப்பெனப் பிடித்த இனியாள்... தன் மகன்கள் சொற்சிற்பி, இளங்கன்று இருவருடனும் நிறைய விவாதித் தார். அதையெல்லாம் கேட்டால் மிகச் சுவையாக இருக்கும்...*

அது சரி எமோஷனல் இன்டெலிஜென்ஸ் எங்கே சொல்லித் தருகிறார்கள்?

எமோஷனல் இன்டெலிஜென்ஸில் இன்றைய தேதிக்கு இந்தியாவில் படித்து - பட்டம் பெற கல்லூரிகள் உள்ளதா?

எமோஷனல் இன்டெலிஜென்ஸ் அல்லது தமிழில் உணர்வுசார் நுண்ணறிவு என்றால் என்ன?

இப்படி பல விஷயங்களை நாம் தெரிந்துகொள்ள வேண்டி உள்ளது. உணர்வுசார் நுண்ணறிவு என்று தனியாகப் படிக்க... பாடங்கள் அதிகமாக கிடைப்பதில்லை! ஆனால் எல்லாப் பாடங்களையும் படிக்க உணர்வுசார் நுண்ணறிவு மிகவும் உதவியாக இருக்கும்.

1.6. தெரியாத ஆபத்துக்கள் பயம் தருவதில்லை:

கீழ்கண்ட உதாரணம் மூலம் கொஞ்சம் விளக்கம் தரலாம்... உலகக்கோப்பை கிரிக்கெட் நடக்கிறது இப்போ. 9.6.19 அன்றைக்கு இந்தியா ஆஸ்த்ரேலியா மேட்ச். டேவிட் வார்னர் பயிற்சி செய்யும் பொழுது அடித்த பந்து தலையில் பட்டு (இங்கிலாந்தில்) ஜெய்கிஷன் என்கிற பயிற்சிப் பந்து வீச்சாளர் கீழே விழுந்துவிட்டாராம். அவருக்கு முதல் உதவி சிகிச்சையெல்லாம் கொடுத்துள்ளனர்.

பொதுவாக கிரிக்கெட் பந்தில் அடிபடுவது மிக ஆபத்தாக முடியலாம். இராமன் லம்பா (1960 - 1998) என்றொரு இந்திய ஆட்டக் காரர் பந்தால் தலையில் அடிபட்டு இறந்து போயிருக்கிறார். இனியாள் அவர்களின் நண்பர் ஒருவர், நன்றாக கிரிக்கெட் விளையாடுவார். அவர் சொன்ன கதை ஒன்றைக் கேளுங்கள்.

அவர் ஒரு மேட்சில் மிகச் சிறப்பாக ஆடி வெளிவந்துள்ளார். அவருக்கு எதுவும் அடிபடவில்லை. ஹெல்மெட் அணிந்து ஆடியிருக் கிறார். அவுட் ஆகி வெளியே வந்தபின்னர்தான் தெரிந்திருக்கிறது... இடுப்பில் அணிய வேண்டிய பாதுகாப்புக் கவசத்தை அணிய மறந்து போயிருக்கிறார். வேகப்பந்துகளை எதிர்கொண்ட பொழுது இந்த தகவல் அவருக்கு நினைவு வரவில்லை வந்திருந்தால், அவ்வளவுதான்; பயந்துபோய் வெளியே வந்திருப்பார். அந்த தகவல் பாதியில் தெரிந் திருந்தும்... அதையும் தாண்டி... மனதை அமைதிப்படுத்தி விளையாடி இருந்திருந்தால் அவரது உணர்வுசார் நுண்ணறிவு அதிகம் என்று கருதலாம்...

புரிந்ததுங்களா?

அப்படியானால் ஒரு மன அச்சத்தை உருவாக்குகிற சூழ்நிலையிலும் கூட... உணர்ச்சிகளைக் கட்டுப்படுத்தி ஒரு பணியினைச் செய்கின்ற பண்பை உணர்வுசார் நுண்ணறிவு என்று சொல்லலாம்.

இந்த abdomen guard in cricket உதாரணத்தை மீண்டும் பல கோணங்களில் பயன்படுத்த உள்ளோம். சுற்றத்தார் குறித்து 12.3 ஆம் அத்தியாயத்தில் பயன்படுத்தி உள்ளோம். நினைவில் வையுங்கள்.

1.7. உணர்வுசார் நுண்ணறிவு என்றால் நான்கு பகுதிகள்:

டேனியல் கோல்மேன் (Daniel Goleman Born on 7.3.1946, Age 73 in 2019) என்பவரது புத்தகத்தைதான் இந்தப்பாடத்திட்டத்தைப் படிக்க பரிந்துரை செய்கிறார்கள். சமீபத்தில், நரைத்த முடியுடன்... சொட்டை இல்லாமல் கொஞ்சம் வயதானவராக யு.ட்யூபில் இவர் பேசுவதை இனியாளும், சொற்சிற்பியும், இளங்கன்றும் ஒன்றாக உட்கார்ந்து பார்த்து இரசித்தார்கள். டேனியல் கோல்மேன் உணர்வுசார் நுண்ணறிவு என்பது கீழ்கண்ட நான்கு குணப்பகுதிகளைக் கொண்டது என்கிறார்...

1. தன் மன உணர்வைப் புரிந்துகொள்ளுதல் அல்லது அறிந்திருத்தல்.
2. தன் உணர்ச்சிகளை கட்டுப்படுத்தித் தன் விருப்பத்திற்கேற்ப மேலாண்மை செய்தல்.
3. மற்றவர்களின் உணர்வுகளை அவர்கள் தரப்பிலிருந்து பார்ப்பது போல புரிந்துகொண்டு அறிதல்.

4. இந்த மூன்று பண்புகளையும் பயன்படுத்தி திறமையான நட்பு, பாசம், மற்றும் உறவுகளை நிர்வகித்தல்.

மேற்கண்ட நான்கு குணங்களும் பிறவியிலிருந்தே அல்லவா வர வேண்டும்... அதைப்பற்றிப் படித்து என்ன பலன்?

நாய்வாலை நிமிர்த்த முடியுமா?
நண்பன் சொல்லை திருத்த முடியுமா?

என்று கேட்பவர்கள் உண்டு...

இந்தக் காலத்தில் இதயத்தை முப்பரிமாண அச்சிட்டு எடுக்கின்றார்கள். உயிர்மை -அதனால் Bio-ink என்கிற உயிரியல் பொருட்களாலான உயிருள்ள மையை, செல், இரத்தம் போன்றவற்றை உயிரியல் மையாகப் பயன்படுத்தி... ஒரு நவீன அச்சு இயந்திரம் மூலம் 3-D பிரிண்டிங் (Printing) தொழில்நுட்பத்தைப் பயன்படுத்தி இதயத்தை அச்சிட்டு எடுத்துவிட்டார்களாம். இனி அதை ஒரு ஆய்வுக்கூடத்தில் வேலை செய்ய வைக்க வேண்டும். அதற்கடுத்ததாக ஆய்வுக்கூட விலங்குகளில் பொருத்தி வேலை செய்கிறதா? என்று பார்க்க உள்ளார்கள். இப்படிப்பட்ட காலத்தில் வந்து நாய் வால்... அது இது என்று கேள்வி கேட்டு என்ன பலன்... நிச்சயமாக எமோஷனல் இன்டெலிஜென்ஸை வளர்த்துக்கொள்ள முடியும்.

அதற்கான உணர்வுசார் நுண்ணறிவு குறித்த ஒரு கட்டுரையை 2016 விகடன் ஆண்டு புத்தகத்திற்காக எழுதியது. அந்த கட்டுரையையும் இந்த புத்தகத்திற்குள் சேர்த்தால் பொருத்தமாக இருக்கும். எனவே ஆறாவது அத்தியாயமாகச், சேர்க்கப்பட்டு உள்ளது. உணர்வுசார் நுண்ணறிவு என்பது மனோதத்துவ ரீதியானது. மனதுக்கும் வைத்தியத் திற்கும் தொடர்பு உள்ளது என சில அறிஞர்கள் தெரிவித்தாலும்... பலர் இதுபோன்ற கருத்துக்களை 'போலி அறிவியல்' என்று கூறிவிடு கின்றனர். Pseudo Science என்கிற சொல் அதனைக் குறிக்கும். ஆனால்

எமோஷனல் இன்டெலிஜென்ஸ் குறித்து மிகத் தீவிரமான அறிவியல் ஆராய்ச்சிகள் நடந்து வருகின்றன. இயந்திரங்களை மனிதர்களாக மற்றும் செயற்கை நுண்ணறிவு ஆராய்ச்சியில் எதிர்காலத்தில் கடக்க முயற்சிக்கப்படும் கடைசிப் படிக்கட்டு இந்த திறமை ஆகும். அதற்காக... உலக அறிவியலாளர்களின் கண் இதை நோக்கித் திரும்பியுள்ளது என்றால் மிகையாகாது.

1.8. ஒரு முயற்சி

எமோஷனல் இன்டெலிஜென்ஸ் இருந்தால் நூற்றுக்கு நூறு மார்க் வாங்க முடியுமா?

அப்படிக் கேளுங்க...

இதுதான் நாம் பேச வேண்டிய பேச்சு. அறிவியல் ஆராய்ச்சிக்குள் பலமாகப் போய் ஆங்கிலப் புத்தகங்களையும் நீங்கள் படிக்க உத்தேசித்திருப்பீர்கள். உங்களை இனியாவால் தடுக்க முடியாது. தடுக்கும் எண்ணமும் இல்லை. எமோஷனல் இன்டெலிஜென்ஸ் குறித்த நம் கருத்துக்களை சின்னச் சின்ன எடுத்துக்காட்டுகளுடன் சொல்லிக் கொள்வதே நமது முயற்சி. இந்த முயற்சியின் பலனை, முழுக்க முழுக்க சரி என்றோ தவறு என்றோ சொல்லிவிட முடியாது. பொதுவாக தமிழ் இலக்கியங்கள் ஏற்கனவே சொல்லி வைத்திருக்கின்ற கருத்துக்களோடு எவ்வளவு சமீபத்திய அறிவியல் கண்டுபிடிப்புக்கள் ஒத்துப் போகின்றன என்று தெரிந்துகொள்வதில் பலன் இருக்கலாம்.

நூற்றுக்கு நூறு எடுக்க எமோஷனல் இன்டெலிஜென்ஸ் உதவி செய்யும்.

1.9. உணர்வுசார் நுண்ணறிவு மற்றும் உண்மையான நூற்றுக்கு நூறு

அது இல்லாமலும் நூற்றுக்கு நூறு எடுக்கலாம்... ஆனால் பலன் இருக்காது... அதாவது வாழ்க்கைக்கு நூற்றுக்கு நூறை விட எமோஷனல் இன்டெலிஜென்ஸ் முக்கியம்.

அப்படிப் பார்க்கப்போனால்... நூற்றுக்கு நூறு மார்க்கில் இன்டெலிஜென்ஸ் பிரதிபலித்தாலும்... அதை பூரணத்துவம் அடையச் செய்வது எமோஷனல் இன்டெலிஜென்ஸ் தான். நூற்றுக்கு நூறை எய்ம் செய்கிறவர்கள் அதை அடைவதற்கு நிச்சயம் (உ.நு) உணர்வுசார் நுண்ணறிவு உதவியாக இருக்கும். எனவே உண்மையான நூற்றுக்கு நூறு என்பது உணர்வுசார் நுண்ணறிவு கலந்திருப்பது மட்டுமே.

திருவள்ளுவர் மற்றும் டேனியல் கோல்மென் அவர்களின் கருத்து ஒற்றுமையை அடுத்த அத்தியாயத்தில் பார்ப்போம்...

2. வள்ளுவரும் கோல்மேனும்

2.1. மக்கட் பண்பு

படித்தால் போதாது, நற்பண்புகள் வேண்டும், என்பதை திருவள்ளுவர் சுமார் இரண்டாயிரம் வருடங்களுக்கு முன்பே சொல்லி யிருக்கிறார் என்று சொல்ல முடியும். மக்கட்பண்பு என்று அவர் குறள் எண்: 997-ல் கூறி இருப்பது உணர்வுசார் நுண்ணறிவு என்று எடுத்துக்கொள்ளலாம். அரம் போலும் கூர்மையரேனும் என்று அந்தக் குறள் தொடங்கும்... அதாவது மிக மிக அதிகமான ஐ.க்யு இருந்தாலும் (IQ-Intelligence Quotient) அவர்களிடம் மக்கட் பண்பு இல்லாட்டா... அவங்க வெறும் மரம் என்று திட்டியிருப்பார் வள்ளுவர். அவர் விட்ட இடத்திலேயே நின்றுவிடாமல் புத்தியைத் தீட்டியதால்தான் இன்றைக்கு கோல்மேன்! நிறைய ஆராய்ச்சி செய்து சொல்லி இருக்கின்றார்.

ஒரு நாளைக்கு எவ்வளவு மணிநேரம் படிக்க வேண்டும்? எவ்வளவு மணி நேரம் விளையாட வேண்டும்? என்று தெளிவாக சொல்லுங்கள் இனியா மேடம்! என்கிற கேள்வியைப் பரந்தாமன் கேட்டார்.

பரந்தாமன் எங்கேயிருந்து வந்தார் என்று நீங்கள் யோசிக்கலாம்.

அதில் நியாயம் இருக்கிறது.

இப்புத்தகம் முன்னும் பின்னுமாக நகரக்கூடிய உத்தியைப் பயன்படுத்தி எழுதப்பட்டுள்ளது. இதில் இரண்டாம் அத்தியாயத்தில் நாம் உள்ளோம். முதல் அத்தியாயத்தில் எமோஷனல் இன்டெலிஜென்ஸ் குறித்து ஒரு ஆரம்பத்தை கொடுத்தோம். டேனியல் கோல்மேன் என்கிற அறிஞரது கருத்துக்களை, எமோஷனல் இன்டெலிஜென்ஸ் நான்கு பகுதிகளாகப் பிரிக்கப்பட்டு உள்ளது என்பதை அவர் சொன்னதை, எல்லாம் முதல் அத்தியாயத்தில் நாம் பார்த்தோம். அவரைப்பற்றி சொல்ல சில கதைமாந்தர்களை அதாவது கேரக்டர்களை பயன் படுத்தினோம். அந்த கதாபாத்திரங்களின் உரையாடல் மூலமாக... எமோஷனல் இன்டெலிஜென்ஸை விளக்கமாகத் தெரிந்துகொள்வது நமது இலக்கு.

அப்படிப்பட்ட கதாபாத்திரங்களில் முக்கியமானவர்கள் இனியா, சொற்சிற்பி மற்றும் இளங்கன்று. இவர்கள் மூவரும் அம்மாவும் மகன்களும். இனியாள் ஒரு வங்கி உயர் அதிகாரி, இவர்கள் தர்மபுரி சென்றுவிட்டு... சென்னை திரும்புவதற்காக, மொரப்பூர் இரயில் நிலையத்தில் காத்திருக்கும்பொழுதுதான் கதை ஆரம்பித்தது.

பரந்தாமன் தர்மபுரியை சேர்ந்த இனியாளின் நண்பர். இரயிலில் வழியனுப்புவதற்காக அவரது குடும்ப உறுப்பினர்கள், செல்வகுமார், சிவசக்தி, நற்றமிழ், ஆகியோர் உடன் வந்திருக்கிறார். அவர்களில் முதல் அத்தியாயத்தில் செல்வா ஒரு கேள்வி கேட்டார். இரண்டாம் அத்தியாயத்தில் பரந்தாமன் கேட்டுள்ளார்.

“அட்றா சக்கை”!

நல்ல கேள்விகள். தெளிவாக என்ன செய்ய வேண்டும் என்று சொல்லிவிடும். மக்கட் பண்பு என்றால் பல இருக்கலாம் ஆனால் அதில் (உ.நு) உணர்வுசார் நுண்ணறிவு உண்டு என்று புதிதாக ஒன்றை நாம் நுழைத்து இருக்கிறோம். அதுக்கும் கிரிக்கெட் விளையாட்டில் இருந்து ஒரு உதாரணம். அதாவது... Abdomen Guard - என்று சொல்லக்கூடிய இடுப்புக் கவசம் இல்லை என்பது தெரியாததால் அது இருந்திருந்தால் காப்பாற்றி இருக்கக்கூடிய அடியும் விழாததால்... நல்லதாக முடிந்தது என்கிற உதாரணம். இதில் நாம் அறிவது என்ன? மனதில்தான் எல்லாம் இருக்கிறது. மருந்து சாப்பிடும் பொழுது குரங்கை நினைக்காதீர்கள் என்பார்கள். அதற்காக முன்னெச்சரிக்கைப் பாதுகாப்பு உபகரணங்களை பயன்படுத்த வேண்டாம் என்பதல்ல நாம் இங்கே சொல்ல வருவது.

“சூழ்நிலைகளில் இருந்து கூட அச்சத்தை மனசு உற்பத்தி செய்து விட முடியும்”

என்பதைத்தான்...

2.2. மனசு – எல்லாம் பிரமை!

ஆமாங்க... இதை இன்னொரு முறை சொன்னால்தான் சரியாக புரிய வரும்!

நம் மனசு இருக்கிறதே மனசு!

அதனால்... அமைதியாக இருக்க வேண்டிய சூழ்நிலைகளைக்கூட அச்சம் உற்பத்தி செய்யும் சூழ்நிலைகளாக மாற்றிவிட முடியும்!

அதாவது... கிரிக்கெட் விளையாடி முடிந்து... ஆறேழு ஓவர் கழித்து வெளியே வரும்பொழுதுதான்... கவச மேட்டர் ஞாபகம்

வந்து... குப்பென்று வேர்த்து... பகீர் என்று இருந்தது... அதை நினைக்காத வரையில் ஒன்றுமே தோன்றவில்லை! இப்படி நேரிடையாக எத்தனை மணி நேரம் படிக்கலாம் மற்றும் விளையாடலாம்? என்று சொல்லாமலே, பரந்தாமனது கேள்வியிலிருந்து நழுவி விடுவதாக உத்தேசம் இல்லை... வாருங்கள் கேள்வியைப் பார்ப்போம்...

மீண்டும்...

பரந்தாமனுக்கு... சிவசக்தியின் சித்தப்பாவுக்கு... இது இது இவ்ளோ மணி நேரம் என்று டைம் டேபிள் ஒதுக்க வேண்டும்... மிலிட்டரி டிசிப்ளினில் படிக்க வேண்டும். எவ்வளவு நேரம் என்று நாம் சொல்ல வேண்டும்...

அவர் இனியாளின் முகத்தை ஆர்வமாக... பதிலுக்காக நோக்கிக் காத்திருந்தார்...

இது நடப்பது... மொரப்பூர் இரயில் நிலையத்தில்... மீண்டும் உங்களை அங்கே அழைத்து செல்கிறோம்.

சிவசக்தியும்... சொற்சிற்பியும் கூட... ஆர்வமாகக் கேட்க ஆசைப் பட்டார்கள்...

அப்பொழுது வானில் மெதுவாக இடி இடித்து மழை பொழியத் தொடங்கியது. இளங்கன்று மழையில் ஓடி விளையாட வேண்டும் என்று விரும்பினான்...

முன்பு தர்மபுரியில் இருந்த போது மழையில் குதித்து ஒரு மணி நேரம் விளையாடியது ஞாபகம் வந்தது...

இனியாளும் சேர்ந்துதான்...

ஆனால் அது வீடு...

இது இரயில் நிலையம்... வீட்டில் விளையாடி முடிந்ததும் துண்டில் துவட்டி சாம்பிராணிப் புகை போட பெரியவங்க இருந்தாங்க... இங்கே இரயில் பயணம் தான். ஈர உடைகளை மாற்ற முடியாது... யோசி என்றதும்...

இளங்கன்று கொஞ்சம் அமைதியானான்.

அமிக்டெலா... ஜம்ப் செய்து மழையில் குதிக்கச் சொல்ல கார்டெக்ஸ் கண்ட்ரோல் செய்கிறது... என்று உணர்வுசார் நுண்ணறிவு கட்டுரையைப் படித்த பிறகு நீங்கள் புரிந்து கொள்வீர்கள்... இனியாளுக்கு சொன்னதை திருப்பிச் சொல்வதைக் காட்டிலும்... புதிது புதிதாகச் சொல்லத்தான் விருப்பம் அதிகம்...

சரி அதை விடுங்கள்... நல்ல மழை கொட்ட... அதை இனிதாக வீசும் காற்று சற்றே அள்ளி வந்து... பிளாட்பாரத்தின் மஞ்சள் கோட்டைத் தாண்டி... மெல்லிய பூத்துளிகளாக... அனைவர் மீதும் வீசியது... அந்த மாலைப்பொழுது இரம்மியமானதாக மாறிக்கொண்டு இருந்தது.

இரயில் சரியான நேரத்தில் வராத வருத்தம் யாருக்கும் இருந்த தாகத் தெரியவில்லை!

“மேடம்... கொஞ்சம் உள்ளே தள்ளி வந்திடுங்க... மழையில நனைந்துவிடப் போகிறீர்கள்?”

என்றார் செல்வா...

கூட்ஸ் வண்டி ஒன்று கடந்து சென்றது... நீர் சிதறி மேலே விழுந்தது...

இளங்கன்றை மழைக்குப் போகாதே! என்று சொன்னேன் அல்லவா... அதுதான்

மழை அவனைத்தேடி வருகிறது! அங்கே பாருங்கள் மகிழ்ச்சியை! என்றார் இனியா!

அதுமட்டுமல்ல! இது சின்ன சாரல்... எவ்வளவு உள்ளே தள்ளி அமர்ந்தாலும் வரும்! மேலும் அங்கே இடமும் இல்லை! என்றார்... இனியாள்.

மேடம்... வண்டி... ஒரே கூட்டமாக இருக்கும்!... கசகசன்னு மழை ஈரத்துல... கூட்டத்துல... ரிசர்வ் பண்ணாமல் ஏறி... டி.டி.இ ஐ கேட்கலாம்னு வர்றவங்க இருக்கலாம்... வாங்க மேடம்... நான் நல்லாவே கார் ஓட்டுகிறேன்... இப்பொழுதெல்லாம் அடிக்கடி சென்னை வரை சென்றும் வருகிறேன்...மணிக் கணக்காக... இப்படி பொறுமையாக காத்திருக்கீங்களே!... என்று பொறுமையை இழந்து கூறினார், பரந்தாமன்...

அதற்கு பதில் சொல்லும்பொழுது...

மணிக் கணக்கு முக்கியம்தான்... ஆனால் பின்வரும் சிறு கதை யைக் கேளுங்க... நேரக் கணக்கை எப்படிப் போடுவீங்க? என்று இன்னொரு கதையை ஆரம்பித்தார், இனியாள்.

2.3. எந்த இரண்டு மணி?

அதோ... அந்த மாலை நேர புகைவண்டி நிலைய மரத்தடி பெஞ்சைப் பாருங்கள்... அங்கே... நம்ம சொற்சிற்பியை ஒரு இரண்டு மணி நேரம் காத்திருக்கச் சொல்லுங்க... வேறு யாரும் அவனோட

பேசக் கூடாது... சரியா அப்படியே உட்கார்ந்திருக்கட்டும்... இது ஒரு கணக்கு...

இதே இடம் அதே இரண்டு மணி நேரம்... ஆனால்... அங்கே அவனுக்கு பிடிச்ச ரொம்ப நேசிக்கிற... அவரைக் காட்டி சோறு சாப்பிட வைக்கிற... எம்.எஸ்.தோனி அங்கே வந்து அவனோட பேசிக்கிட்டு இருக்கார் என்று வைத்துக் கொள்வோம். இது இரண்டாவது கணக்கு!

இதில் எந்த இரண்டு மணி நேரம்... மிகக் குறைவானதாகத் தெரியும்... எந்த இரண்டு மணி நேரம்... சும்மா... இரண்டு நிமிஷம் போல, போனதே தெரியாமல் போகும்?

என்று கேட்டார் இனியாள்!

எல்லோரும்... பட்டுன்னு பதில் சொன்னாங்க...

இரண்டாவதாகச் சொன்ன கணக்கில்... தோனியோடு பேசினால் நேரம் போறதே தெரியாது! என்று சொன்னாங்க...

அது மிகச் சரியான விடை... என்று கைதட்டினார் இனியாள்.

இப்போது மறுபடியும் இனியாள் அவர்கள் கேள்வியைப் பாருங்க?

எந்த இரண்டு மணி நேரம்...

அப்படின்னுதான் ஆரம்பிக்கிறது...

அப்படின்னா

இரண்டுமே இரண்டு மணி நேரம் தான்...

ஆமாங்க இரண்டும் சமமான நேரம்தான்.

பொதுவாக 'நேரம்' நினைவுகளில் சேமிக்கப்படுவதில்லை. இதை 2012 ல் நோபல் பரிசு பெற்ற, Daniel Kahneman டேனியல் காஹ்னிமேன் (பிறப்பு 5.3.1934 வயது 2019ல் 85) அவருடைய ஆராய்ச்சிகள் வாயிலாக நிருபித்துக் காட்டியுள்ளார். முதல் அத்தியாயத்தில் கோல்மேன் இங்கே காஹ்னிமேன் இருவருக்கும் முதல் பெயர் டேனியல். சுற்றிச் சுற்றி உணர்வுசார் நுண்ணறிவில் இவர்களைச் சுற்றியே படித்தார் இனியாள்.

இரண்டு மணி நேரம் பேசியதில் மனசைத் தொட்ட தருணங்கள் நினைவில் பொன்னெழுத்துக்களால் பொறிக்கப்படுகின்றன. அதுதான் திரும்ப யோசிக்கும்பொழுது நினைவிற்கு வருகிறது. எனவே மனம் மகிழ்ச்சியோடு கவனம் குவித்து படிக்கிற நொடிகளில்தான் கருத்துக்கள் நினைவுகளாக சேமிக்கப்படுகின்றன. இதற்காக செயல்படும் மனசுகள் இரண்டு வகைப்படும் என்று டேனியல் காஹ்னிமேன் சொல்கிறார்.

அதை யுவல் நோவா ஹராரியும் தன் ஹோமோ டியூஸ் என்னும் புத்தகத்தில் மேற்கோள் காட்டியுள்ளார். இதைப்பற்றி இந்தப் புத்தகத்தின் 7.2 ஆவது, அத்தியாயத்தில் மேலும் விவரமாகப் படிக்கலாம்.

நமக்கு ஆர்வம் உள்ள ஒரு விஷயத்தைச் செய்யும் பொழுது அந்த செயலில் நேரம் போவதும் தெரியாது அது மனதில் நிற்கவும் செய்யும்.

"அடக்குமுறையில் படிப்பவர் ஆறு மணி நேரத்தில் படிப்பதை ஆர்வத்தில் படிப்பவர் அரைமணியில் படித்துவிடுவார்."

இப்போ நீங்க டைம் டேபிள் போட்டுக் கொடுத்தால்... சிவசக்தி... பின்பற்றுகிறாளா? என்று நீங்கள் கண்காணிக்க நேரிடும்... அவள் ஆர்வம் அடைகின்ற ஐந்து நிமிடங்கள் அழுத்தத்தில் இருக்கின்ற ஐந்து மணி நேரங்களை விட உயர்ந்தது.

படிக்கின்ற நேரத்தில் சினிமாப்படம் குறித்து கனவு காண்பவர்கள் உண்டு... அவர்கள் படிப்பு என்னாவது...? அதே சமயம் சினிமா தியேட்டர் வாசலில் பரிட்சைக்குப் படித்தவர்களையும் நான் சந்தித்திருக்கிறேன். இஷ்டப்பட்டுப் படிக்கின்றபோது இனிமையாக நம்மால் புரிந்துகொள்ள முடியும்! எனவே நேரப் பங்கீட்டை அவளையே போடச் சொல்லுவோம் பின்பற்றுவதையும் அவளே செய்யட்டும் என்று கூறினார் இனியாள். தான் வைத்த மரம் என்பதால் தண்ணீர் ஊற்ற விரும்புவதுபோல் தானே போட்ட திட்டம் என்பதால் பின்பற்ற விரும்புவாளோ? என்றார்.

நேரம் குறித்துச் சொல்லிவிட்டீர்கள் ஆனால்... நான் காரில் அழைத்துப் போகிறேன் என்று சொன்னதற்கு... பதிலே சொல்லலைங் களே? என்றார் பரந்தாமன்.

தம்பி... மகிழ்ச்சி... ஆனால் நீங்கள் ஏன்... இரயில் பயணம் சிரமமானது என்று எதிர்மறையாக முடிவு செய்கின்றீர்கள்...?

2.4. ஹிப்போகேம்ப்பஸ்

நான் ஒருவேளை இரயிலில் சந்தோசமாகப் பயணம் செய்ய வாய்ப்பு இருக்கின்றது இல்லையா?

என்று கேட்டார் இனியாள்.

மேடம்... உங்கள் சொற்களைப் பாருங்கள் இருக்கின்றது இல்லையா? என்று முடித்திருக்கிறீர்கள்... என்ன ஒரு அழகான முரண்! முன்பெல்லாம் நான் அவ்வப்போது வந்து கிடைத்த இரயிலில் அன்ரிசர்வுடு ஆக... சென்னை சென்றவனே! ஆனால் இப்போதெல்லாம்... அப்படிப் போக யோசனையாக உள்ளது...

என்றார்...

மூளையில் ஹிப்போகேம்பஸ் என்னும் இடத்தில்தான் இது போன்ற நீண்ட கால ஞாபகங்களான புள்ளிவிவரங்கள் பதிவு செய்து வைக்கப்பட்டு உள்ளன. எந்த இரயில்? என்ன குளிர்சாதன வசதி? என்ன வகுப்பு எல்லாம்...

இனியாள் மொரப்பூரில் இருந்து சென்னைக்கு வந்த, வழிமுறையைப் பற்றி சொல்கின்றோம். கோவையில் இருந்து சென்னை வர வேண்டிய புகைவண்டி, ஒரு மணி நேரத்திற்கும் அதிகமாக தாமதமாக வந்துகொண்டு இருப்பதாகத் தகவல் கிடைத்தது.

அதன் பிறகு என்ன நடந்தது?

இனியாள் கடைசியில் இரயிலில் போனாங்களா? காரிலா? அல்லது அங்கேயிருந்து ஒரு பஸ் பிடித்துக்கூட வந்து சேர்ந்திருக்கலாமோ?

சொல்கிறோம்!

யுவல் நோவா ஹராரி தனது மூன்றாவது புத்தகத்தில் ஒரு நாளைக்கு இரண்டு மணி நேரம் தியானம் செய்வதாக தெரிவித்து இருந்தார்.

இவர் எழுதிய அந்தப் புத்தகத்தின் பெயரை, எதிர்வருகின்ற *14.4* ஆம் அத்தியாயத்தில் எழுதி இருக்கிறோம்.

இனியாள் ஒரு நாளைக்கு இருபது நிமிடம் தியானம் செய்வது உண்டு. அதுவும் சில நாட்கள் விடுபடுவதும் உண்டு...

சுவாமி விவேகானந்தர், தியானம் செய்வது... மனதை கண்ணாடி மாதிரி ஆக்கி விடுகிறது என்றும். அந்தக் கண்ணாடியில் பிறர் மனதும் பிரதிபலிக்கக்கூடும் என்றும் கூறி உள்ளார்..

எதிரில் பேசிக் கொண்டு இருப்பவர் மனதில் ஓடிக்கொண்டு இருப்பதைப் பார்க்க முடிந்தால் எப்படி இருக்கும்?

உன்னையே நீ அறி என்றுதானே இரமணர் கூறினார். திருமூலரின் திருமந்திரமும் சொல்லியது... தன்னை அறியத் தனக்கொரு கேடில்லை என்றுதானே... இப்படி... காலை எழுந்தவுடன் கொஞ்சம் தியானம் செய்வது மனதை ஆற்றுப்படுத்தும் என்று சொல்கிறார்கள்.

2.5. Freakonomics - ஃபிரிக்கோனாமிக்ஸ்

Freakonomics என்று ஒரு Podcast இருக்கிறது. அதில் பொருளாதாரம் குறித்த தகவல்களை சிறப்பான நிபுணர்கள் பகிர்ந்து கொள்கிறார்கள். இனியாள் அவர்களின் நண்பர் ஒருவர்... காலை வாக்கிங் போகும்பொழுது இதைக் காதில் போட்டுக்கொள்வாராம்... சொன்னார்...

Freak என்றால் சம்பந்தா சம்பந்தமில்லாமல் குறுக்கே திடீரென நிகழ்வது என்று பொருள். அதைப்போல Freakonomics குறித்த தகவல் இங்கே திடீரென குதிக்கக் காரணம் இல்லாமல் இல்லை. சமீபத்தில் இனியாள் அதில் 'மன மாற்றம்' என்பது குறித்ததொரு உரை கேட்டார். அதில் மக்கள் பொதுவாக...

வகை: (அ)

மனதுக்குப் பிடித்த முடிவை எடுத்துவிட்டு அதற்குத்தகுந்த புள்ளி விவரங்களைத் தேடிப் பிடித்து தாங்கள் எடுத்த முடிவு சரிதான் என்று நிரூபிக்க முயற்சிக்கிறார்களா?

அல்லது

வகை: (ஆ)

மக்கள் புள்ளி விவரங்களையும் உண்மைகளையும் ஆராய்ந்து முடிவு எடுத்துவிட்டு அதை மனசுக்கு பிடிக்கச் செய்து கொள்கிறார்களா?

என்று ஒரு விவாதப்பொருளை ஆராய்ந்தது அந்தக் காதொலி நிகழ்ச்சி.

செம்ம கேள்வி இல்லீங்களா?

அமெரிக்காவுல இப்படி யோசிக்கிறாங்க இதற்கு பதில் என்னவாக இருக்கும்.

சொல்கிறோம்... அவசரம் எதற்கு?

அந்த இடைவெளியில், பரந்தாமன், மொரப்பூரில் கேட்ட கேள்விக்கு, இனியாள் கூறிய பதிலைக் கீழே பாருங்கள்...

"முன்பெல்லாம் நான் முன்பதிவு செய்யாத இரயில் பயணம் மேற்கொண்டு சிரமப்பட்டேன் என்றீர்களே!"

அதற்கு முன்பு,...

அதற்கும் சற்றே முன்பு

சற்றே என்றால், சுமார் ஆயிரத்து நானூறு வருஷம் முன்பு... அதிகமில்லை... ஒன்றரை மில்லன்னியம் முன்பு,

கி.பி 600 - கி.பி. 700 வாக்கில்

காஞ்சிபுரத்தில் இருந்து மாமல்லபுரம் வரை செல்ல காலை முதல் மாலை வரை ஆகியிருக்கலாம்... "சாதாரண நடைபயணிக்கு அல்ல, நாடாளும் மாமன்னருக்கே "குதிரைப் பயணம்... அதுவும் அழகான விலையுயர்ந்த அரேபிய இறக்குமதிக் குதிரைப் பயணம் என்றாலுமே, நரசிம்ம வர்ம பல்லவருக்கே அந்த அளவு நேரம் பிடித்திருக்கும்"... "சிவகாமி இருந்திருந்தால், அவள் சிவிகை அப்படித்தான் ஊர்ந்திருக்கும்"... "அதைக்காட்டிலும் ஆயிரம் மடங்கு அதிக வசதியாகத்தான் தர்மபுரி அருகே உள்ள மொரப்பூரில் இருந்து கோவை எக்ஸ்பிரஸில் பயணிக்க உள்ளேன்"

என்று இனியா பேசினார்.

பரந்தாமன் என்ன ஒரு புள்ளி விவரம்... என்ன ஒரு ஒப்பு நோக்கு என்று பிரமித்துப் போனார்...

"இப்படியெல்லாம் கூட யோசிக்க முடியுங்களா மேடம்"

என்று பரந்தாமன் திகைத்துப் போனார். கவலை என்பது கூட ஒரு வகையான கற்பனைதான். அதற்கான தீர்வும்... பின்னர் கற்பனையாகத் தானே இருந்தாக வேண்டும்.

ஆக... கற்பனைதான் மனநிம்மதி மற்றும் மனமகிழ்ச்சியை தீர்மானிக்கிறது.

இது குறித்து,

யுவல் நோவா ஹராரியின் இரண்டாவது புத்தகத்தில் (Homo Deus, ஹோமோ ட்யூஸ்) சொல்லி இருப்பார்... மனதிருப்தி மற்றும் மகிழ்ச்சி குறித்த ஆராய்ச்சிகள் நடந்துகொண்டே இருக்கிறதாம். செல்வம் அதைத் தரும் என்றால் செல்வந்தர்கள் எப்பொழுதும் பெருமகிழ்ச்சி யோடு காணப்பட வேண்டும். பிரபலத்தன்மை அதைத் தரும் என்றால் நடிகர்கள் எல்லா நொடிகளையும் கொண்டாட வேண்டும்... ஆனால் அது ஒவ்வொரு மனிதருக்கும் வேறுபடுகின்றது.

இயல்பாகவே சில பேரால் மட்டும்தான்... சினிமா தியேட்டரில் நேசமணி ஜோக்கிற்காக வெடிசிரிப்புச் சிரிக்க முடியும், கிராமத்துக் கண்மாயில் நண்பர்களோடு குதித்து விலா எலும்பு நோக சிரிக்க முடியும். கோவில் திருவிழாவில் மாவிளக்கு எடுத்துச் செல்லும்போது தலைநிறைய மல்லிகையும் வாய்நிறைய சிரிப்புமாக இருக்க முடியும்... இவர்களின் மனமகிழ்ச்சி நிலை ரஃபேல் நடாலின் பிரெஞ்ச் ஓப்பன் வெற்றி சதவிகிதம் போல எப்போதும் அதிகமாக இருக்கும்...

ஆனால் இன்னும் சிலபேரைப் பார்க்கலாம்; விக்கிரமாதித்தன் வேதாளம் கதையில் வரும் இளவரசி போல பத்து பட்டுமெத்தைகளுக்குக் கீழே வைக்கப்பட்டு இருந்த ஒரு அரிசி உறுத்தியதால் நேற்று இரவு தூங்க முடியவில்லை என்று சிணுங்குவார்கள், அந்த மகாபாரத மயனே வந்து கட்டிடம் கட்டினாலும்... இந்த ஜன்னல் இப்படி நீட்டிக் கொண்டிருக்கக் கூடாது, அந்தப் பலகை அப்படி பல்லிளிக்கலாகாது என்பார்கள், சில ஆசிரியர்கள் எப்படி எழுதினாலும் நாலுக்கு மேல்

மார்க் போட மாட்டார்கள்... அவரவர் ஜீன்களிலேயே அப்படி இருக்கிறது என்று சொல்லிக் கொள்கிறார்களாம் அமெரிக்கர்கள்.

ஜீன்ல இருக்குது?

அப்படீன்னா?

2.6. ஜீன் ஜோதிடம்:-

ஊர்ல கிளி ஜோசியம் பார்க்குற மாதிரி நாம... ஜீன் சோதிடம் பார்க்கலாமா?

என்ன விளையாடுறீங்களா?

இவரு படமெடுத்தா நூறு நாள் ஓடுமா? என்று டி என் ஏவைப் பார்த்துச் சொல்ல முடியுமா? இந்த கேள்விய நீங்க கேட்டால்... அதுவும் இப்போ கேட்டால்...

நீங்க ரொம்ப லேட்...

கடந்த 2006-ல் 23 and me அப்படீன்னு ஒரு கம்பெனி அதை ஆரம்பிச்சுட்டது.

எதை?

டி.என்.ஏ வைப் பார்த்து பரம்பரையை சொன்னாங்க...

அதன்பிறகு 2015ல் FDA (Federal Drug Agency) என்று சொல்லக்கூடிய அமெரிக்க மருந்து அங்கீகார அமைப்பு ஒப்புக்கொண்ட பிறகு பெரிய அளவில் இவருக்கு இன்னின்ன திறமைகள் வளரலாம், இப்படிப்பட்ட நோய்கள் வர வாய்ப்பு இருக்கு அப்படீன்னு பார்த்து சொல்றாங்களாம்.

இதைக் கண்டுபிடிச்சு ஆரம்பிச்சவங்கள்ல, ஒருத்தர் Anne Wojciki (ஆன்னி வோஜ்சிக்கி) இவங்க யாருன்னு பார்த்தா... கூகுளை கண்டு பிடிச்ச செர்ஜி பிரின் உடைய முன்னாள் மனைவியாம். எதையாவது தேடணும்னா கூகுளில் தேடலாம்... தன்னையே தேடணும்னா 23 and me ல் தேடலாம்...

அதென்னங்க 23 ன்னு ஆரம்பிக்குது... குற்றம் 23 ன்னு ஒரு தமிழ்ப்படங்கூட வந்தது... அது என்ன என்று இன்னும் யோசிக்கிறவங்களுக்கு... இனியா மேடம் கிட்ட போனில் கேட்டுக்கோங்க...

போனில் எதைக் கேட்பது?

என்று கேட்கிறீர்களா? காரா... இரயிலா? எதில் மொரப்பூரில் இருந்து பயணம் செய்து திரும்பினீர்கள்? என்று கேட்கவா? மழை நின்றதா? வென்றதா என்று கேட்கவா? ஆமாம்... எல்லாவற்றையும் கேட்டு விடலாம்...

3. அ-ஆ

3.1. டை கோட்:

அ-ஆ என்று வகை பிரித்து நிறுத்தினோமே! அதை சொல்லி விடுவோம்...

சென்ற இரண்டாவது அத்தியாயத்தில் 2.5 ஆவது உபதலைப்பாக ஃபிரிக்கோனாமிக்ஸ் வந்திருந்தது. அது ஒரு அமெரிக்க வானொலி நிகழ்ச்சி. அதில் மக்களின் மனநிலை குறித்தும் அதில் உணர்ச்சி வசப்பட்டு முடிவெடுக்கிற இயல்பு குறித்தும் அ - மற்றும் ஆ - என்று வாய்ப்புக்கள் கொடுத்து ஒரு கேள்வி கேட்டு இருந்தோம். ஒரு முடிவு எடுக்க வேண்டிய சூழ்நிலையில் நம்மிடம் எல்லா புள்ளிவிவரங்களும் இருக்கிறதா? ஆராய்ந்துவிட்டோமோ? என்றெல்லாம் யோசிக்கிறோமா? என்று கேட்கப்பட்டு இருந்தது.

நீங்கள் நினைத்தது போல மக்கள் அ-வகையில் தான் பொதுவாக முடிவுகளை எடுக்கிறார்கள். அதாவது மனசுக்குப் பிடிச்சமாதிரி முடிவெடுத்துவிட்டு... அப்புறம் ஏன் என்று கேட்கும் பொழுது... கண்ணு வேர்க்குது! என்றெல்லாம் காரணம் சொல்லிக்கொள்ள வேண்டியது தான்.

இதைக்குறித்து இன்னும் விவரமாக டேனியல் காஹ்னிமேன் மெதுவாகவும் வேகமாகவும் சிந்திப்பது குறித்து எழுதியிருக்கிறார். அதைக்குறித்து தனது "பயணம் திறந்த இதயம் - ஐ.ஏ.எஸ் மசூரி பயிற்சி" என்ற புத்தகத்தில் இதே எழுத்தாளர் எழுதியிருக்கிறார். எனவே அதைக்குறித்து இங்கே மீண்டும் விலாவாரியாக எடுத்துரைக்க இனியாள் விரும்பவில்லைங்க...

அதனால வாங்க மீண்டும்... மொரப்பூர் இரயிலுக்குள்ளே இன்னொரு காட்சியைக் காட்டுகிறோம்...

"விரும்பியதெல்லாம் நடந்துடும்ங்க...

ஆனா

விரும்பின வரிசையில நடக்கிறதில்லை...

காதலிச்சு கல்யாணம் பண்ணலாம்னு நினைச்சேன்.

கல்யாணம் பண்ணிக்கிட்டுதான் காதலிக்கணும் போல," என்றார் கனவழகு!

இவர் அரசுப் பணியில்தான் இருக்கிறார். டி.என்.பி.எஸ்.ஸி படிக்க ஒரு வருடம் முன்பு முடிவு செய்தபோது அந்த சமயத்தில் அவர்... ஒரு சினிமா டைரக்டரிடம் அஸிஸ்டெண்ட். எதோ ஒரு வேகத்துல படிச்சேன் மேடம்... டக்குன்னு முதல் அட்டம்ட்ல வேலை கெடச்சிருச்சி... என்கிறார்... வயசு 23 இருக்கும்... செம்ம எக்ஸர்சைஸ் செய்து... விராட் கோலி மாதிரி ஆனால் மாநிறத்தில் விரேந்தர் ஷேவாக் மாதிரி சுருட்டை முடியோடு இருந்தார்...

"சினிமால... அது இதுன்னு இல்ல... எல்லா வேலையும் செஞ்சிருக்கேன். ஆனால்... படிக்க முடியாது... போண்டா வாங்கித் தர போகவேண்டி இருந்தது... அம்மா... திட்டுனாங்க விட்டுட்டு வந்துட்டேன்... ஒரு நாள் மறுபடி அந்த பீல்டுக்கு திரும்ப போய், ஒரு படம் எடுப்பேன் மேடம்"...

என்றார்...

கனவழகனை மொரப்பூர் இரயிலில் ஆச்சரியமாக பார்த்தார்...

இவரைப் பாருங்க... படிச்சு... இடையில் விட்டுட்டு... மறுபடி படிச்சு வந்திருக்காப்புல... காலேஜ்ல புரபொஸர் ஒருத்தர் இவரை ரொம்பவும் இன்ஃப்ளுயன்ஸ் பண்ணியிருக்கார். அதாவது அவருடைய சொற்கள் கனவழகின் மனசில் பதிஞ்சு போய் இருக்குது...

தர்மபுரி ஆர்ட்ஸ் காலேஜ் புரபொஸர் உடைய அப்படிப்பட்ட சொற்கள் என்ன தெரியுங்களா...

"டேய் பசங்களா... ஒழுங்கா படிங்கடா!

இல்லேன்னா உங்களுக்கு...

உள்ளூர் கேக்தான்!

உள்ளூர் டைதான்!

கிடைக்கும்"

என்று சொல்லி... இருக்கார்... அப்படிபட்ட கேக்கும்... டையும் என்னவா? இருக்கும்? கேக் மற்றும் டையைப் பற்றி யோசிக்கும் பொழுது... நமக்கு...மீட்டிங் ஞாபகம் வரலாம்... இனியா அவர்கள்... பல கூட்டங்களில்... கேக் வைக்கப்பட்டுள்ள தட்டின் முன்பு பேசி... இருக்கின்றார்...

3.2. தோல்வி வேண்டும்

பரந்தாமன் முன்பு பதட்டப்பட்டபடி இரயிலுக்குள் எந்த சிரமும் இல்லை. கனவழகும், இனியாளும் பேசிக்கொண்டே வந்ததில்... பயணம் ஒரு கேக்வாக் (Cake-Walk) போலத்தான் அமைந்து இருந்தது.

இப்பொழுது சொல்லுங்கள், காரில் போயிருந்தால்... கனவழகைப் பார்த்திருக்க இயலுமா? இந்தக்கதை வந்துதான் இருக்குமா?

கேக் வைக்கப்பட்ட கூட்டங்கள் பற்றிச் சொன்னோம்...

அப்படிப்பட்ட ஒரு கூட்டம் குஜராத்தில் நடந்தபொழுது அவரது நண்பர் ஸ்வரூப்... அவர்கள் எமோஷனல் இன்டெலிஜென்ஸ் குறித்துப் பகிர்ந்து கொண்ட தகவல் மிகவும் பொருத்தமானது!

ஒரு வரியில் சொல்ல வேண்டும் என்றால்

ஸ்வரூப் சொல்கிறார்...

“குழந்தைகளாக இருக்கும் பொழுதே தோல்வி அடைய வேண்டும்!”

என்னங்க? இது அநியாயம்...

சரியாகத்தான் சொன்னாரா?

தோல்வியா? வெற்றியா?

ஆமாங்க...

நீங்க படிச்சது சரிதான்...

குழந்தைகளாக இருக்கும்பொழுதே... தோல்விகள் நிறைய அடைய வேண்டும் என்றுதான் சொன்னார்.

அப்போதான்... எமோஷனல் இன்டெலிஜென்ஸ் அதிகரிக்கும்... இதெல்லாம் கால காலமாக ஏற்பட்டுக்கொண்டு இருப்பதுதான். காந்தியடிகள் தென்னாப்பிரிக்காவில்... இரயிலில் இருந்து வலுக்கட்டாயமாக இறக்கிவிடப்பட்டதைக் கேள்விப்பட்டு இருப்பீர்கள்!

எவ்வளவு வருத்தமாக இருந்திருக்கும்...

அதுவே வைராக்கியத்திற்கும் காரணமாக அமைந்தது... ஸ்வரூப் சொன்ன ஒரு வரியில் நாம் கதையை ஆரம்பித்து இருந்தாலும் அது அவர் சொன்ன செய்தியின் சாராம்சம் கீழே தருகிறோம்...

குழந்தைகளுக்கு ரொம்ப ரொம்ப அத்தியாவசியமான பண்பு எமோஷனல் இன்டெலிஜென்ஸ் தான். மேடம் அதைப்பத்தி நிறைய சொல்ல வேண்டும். சரியான தலைப்பத்தான் எடுத்து எழுதறீங்க...

குழந்தைகள்... நிறைய தோல்விகளைப் பார்க்கும்பொழுது அதற்கு பழகிக்கறாங்க... கொஞ்சம் கொஞ்சமாக... பக்குவம் அடையறாங்க...

தோல்வி என்றால்... ஏதோ மிகப்பெரிய பரிட்சை தோல்வி... அப்படி இப்படி எல்லாம் சொல்ல வரல்லை...

என்றார் ஸ்வரூப்.

3.3. ஸ்வரூப்

"புரியுதுங்க... அதாவது குழந்தைங்க எதிர்பார்க்கிற ஏதாவது ஒரு பொருள், விஷயம், செயல்... அது எதிர்பார்த்த விதத்தில் நடக்காமப் போயிட்டால்... அட... பரவாயில்லை மீண்டும் உள்ளதைக் கொண்டு அடுத்த செயலுக்குப் போவோம்... என்று நினைப்பது அல்லது மீண்டும் ஒரு முறை அந்த எதிர்பார்ப்புள்ள செயலை செய்வோம்! என்று நினைப்பது... முயல்வது"

என்று தான் நினைத்த 'சின்னத்' தோல்வி - என்பதற்கான வரையறையைச் சொன்னார் இனியா!

மிகச் சரியாக சொன்னீங்க என்றார் ஸ்வரூப்.

இவர் ஒரு இந்திய ஆட்சிப்பணி அதிகாரி. குஜராத் மாநிலம், காந்திநகர் கலெக்டராக இருந்தவர். முன்னர் 3.1 அத்தியாயத்தில் சொன்ன "பயணம் திறந்த இதயம்" புத்தகத்தின் ஹீரோ இவர்தான். இவரைப்பற்றி மேலும் அறிந்துகொள்ள, அந்தப் புத்தகத்தைப் பார்க்கலாம்.

தோல்வி மிக முக்கியம் என்று சொன்ன விவரத்தைக் கேட்டுப் படித்துக்கொண்டிருக்கிற நீங்களும் மிகச்சரியாக புரிந்து கொண்டதால் உங்கள் வாழ்வில் சந்தித்த பல எதிர்பார்ப்புக்களும் அவை தொடர்பான தோல்விகளும் ஞாபகம் வந்திருக்கும்... இல்லீங்களா...

இன்னும் வரவில்லை என்றால்...

ஸ்வரூப் சொல்கின்ற உதாரணங்களைக் கேளுங்கள் வந்துவிடும்...

3.4. கேரம் போர்டும் லெபனானும்

கேரம் போர்டு... விளையாடிக்கொண்டு இருக்கிறார்கள் சில சிறுவர்கள்... ஒரு நான்கு பேர் என்று வைத்துக் கொள்வோம்.

அது ஒரு நட்புக் கூட்டம்.

அந்த வீட்டில் நான்கு சிறுவர்களின் பெற்றோர்களும் இருக்கிறார்கள். பேசிக்கொண்டு மகிழ்வாக... திடீரென ஒரு சிறுவன் எழுந்து அழுகிறான்

சத்தம் போடுகிறான்... ஏனென்றால் அவன் தோற்றுப் போவான் போல ஒரு சூழ்நிலை... ஆட்டத்தில்...

அவ்வளவுதான் அவன்... கைகளை போர்டின் நடுவில் போட்டு காய்களை கலைத்து... குழப்பி ஆட்டத்தைக் கலைத்து விடுகின்றான்... நான் தோற்கிற இந்த ஆட்டத்திற்கு இனிமேல் வர மாட்டேன்? என்கிறான்... அதுமட்டுமல்ல,

"வாங்க அப்பா அம்மா... நாம வீட்டுக்குப் போலாம்"

என்று கத்துகிறான்.

இப்பொழுது... இதுபோன்ற சூழ்நிலைகளை நீங்கள் பார்த்து இருக்கலாம். இவருடைய பெற்றோர்கள் என்ன சொல்வார்கள்?

அவர்கள், என்ன செய்ய வேண்டும் என்று நீங்கள் நினைக்கிறீர்கள்? சொல்கிறோம்.

கேரம் போர்டு கதையில் இருந்து லெபனான் வரை சென்று வரலாம் வாருங்கள். பெற்றோர்கள் குழந்தைகளின் எமோஷனல் இன்டெலிஜென்ஸில் தெரிந்தோ தெரியாமலோ பங்காற்றுகிறார்கள்... மேற்கண்ட வரிகளை எழுதும்போழுது... கலீல் ஜிப்ரானின் ஞாபகம் வருகிறது.

அவரது 'இறைத்தூதர்' என்கிற "PROPHET" புத்தகத்தைப் பற்றி நன்றாகத் தெரிந்திருந்தாலும்... நூலகத்தில் புரட்டும் பொழுது மீண்டும் கிடைத்தார்...

இறைத்தூதரில் பெற்றோர்களைப் பற்றி என்ன சொல்லி இருந்தார்?

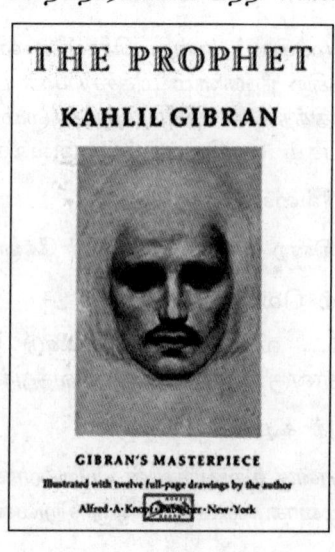

என்று கேட்கிறீர்களா?

அவர்களை வில் என்கிறார்...

பின்னே குழந்தைகள்

அவங்கதான் அம்புகள்...

அன்பு செலுத்துகிறோம் அவர்கள் மீது... அன்பு அம்புதான்... சரிதான் வில் பெற்றோர்; அம்பு குழந்தைகள்.

இரண்டையும் ஒருவர் கையாள வேண்டும் அல்லவா.

வில் தானாக அன்பு செலுத்தலாம் ஆனால் அம்பை எய்துவிட முடியாது...

நான் சொல்லலைங்க... கலீல் ஜிப்ரான் *(1883-1931)* 48 வயது வரை மட்டுமே வாழ்ந்த லெபனானில் பிறந்து அமெரிக்காவில் குடியேறி... எழுதி... புகழ்பெற்று, பெரிய இலக்கிய கதாநாயகனானவர்...

கடவுள் அல்லது இயற்கையை... எய்தவர் என்று சொல்கின்றார்.

எய்தவர்... எங்கோ குறிபார்க்கின்றார் அதை பெற்றோர்களாகிய வில் அறிவதில்லை...

வில்லை மிகவும் பலமாக வளைக்க வேண்டி, நாணை இழுக்கும் பொழுது... வில் வளைகிறது... அம்பு நிறைய தொலைவு போகும்...

பெற்றோர்கள் சிரமப்படும் பொழுது அப்படி நினைத்துக்கொள்ள வேண்டியதுதான்.

ஆனாலும் அம்பு பாய்கிற இலக்கின் தூரம்... மற்றும் நிறம் வில்லுக்குத் தெரிவதில்லை!

எமோஷனல் இன்டெலிஜென்ஸ் என்று சொல்லிவிட்டு இப்படி பெற்றோர்களுக்கு... தெளிவில்லாத இலக்கை எப்படித் தருகிறீர்கள் என்று நீங்கள் கேட்கலாம்...

சில சமயங்களில் மனதைத் தேற்றிக்கொள்வதற்கு ஏதாவது சமாதானம் தெரிவிப்பதற்கு நம்பிக்கைகள் தேவைப்படலாம் என்று பெரும்பாலான மனிதர்கள் கருதுவதாக யுவல் நோவா ஹராரி தெரிவித்திருக்கின்றார். அந்த அடிப்படையிலேதான் பெற்றோர்களின் முயற்சியைத் தாண்டிய குழந்தைகளின் சாதனைகளை விளக்க முடியும்.

பெற்றோர்களின் முயற்சிகளுக்குத் தகுந்த... பலன் தெய்வத்தான் ஆகாதெனினும் இருக்கும். எனவே பரந்தாமன்... இனியாள் அவர் களிடம் இரயிலில் பயணிப்பது ஒருவேளை சிரமமாக இருக்கலாம்

என்று சொன்ன நேரத்திற்குச் சற்று முன்புதான் நேர மேலாண்மை செய்வதற்காக... எவ்வளவு நேரம் படிக்க வேண்டும் என்று திட்டமிட்டு... எப்பொழுது விளையாடலாம் என்றும் நேரம் ஒதுக்கி குழந்தைகளைத் தயார் செய்யலாம் என்று, செல்வக்குமார் முயற்சி செய்கின்றார்.

செல்வாவின் முயற்சி திருவினையாக்கும் என்று அவர் நம்புகிறார். குழந்தையின் மனம் புள்ளி விவரங்களைப் புரிந்துகொண்டு பெற்றோர் களின் எதிர்பார்ப்புக்களையும் உள்வாங்கி மன மகிழ்ச்சியுடன் தன்னுடைய செயல்திட்டமாக செயல்படுத்துவது வெற்றியில் முடியலாம்.

பரந்தாமன், முன்னதாக ஒருவேளை மூன்று பெரும் புகை வண்டியில் பயணிக்க நேர்ந்தால், இரயிலில் போகும்பொழுது... இனியாளும் குழந்தைகளும் ஒரே பெஞ்சின் மூன்று இருக்கைகளில் அமர்வார்களா? அல்லது மாறி மாறி இருக்குமோ? என்று கவலையும் தெரிவித்திருந்தார்.

3.5. வசதி மனசுக்குள் இருக்கிறது:

அடுத்து இடையிடையே வேறு யாரும் இல்லாமல் இருந்தால் பரவாயில்லை என்றார்.

D *10* இல் *8,9,10* என்று டிக்கெட் சொன்னாலும் *8-9*-ம் ஒருபக்கம் வர இடையில் நடைபாதை அடுத்த பக்கம் *10* என்றவாறு சீட் ஒதுக்கப் பட்டு இருந்தது.

இந்த புத்தகத்தில் எமோஷனல் இன்டெலிஜென்ஸை எங்கெங்கோ இருந்து கொண்டுவந்து இறக்குமதி செய்யாமல்... அன்றாட வாழ்வில் நடக்கிற நம்மைச்சுற்றி சாதாரணமாக நிகழ்கிற உண்மைச் சம்பவங்களின் நிழலில் எமோஷனல் இன்டெலிஜென்ஸை பொருத்திப் பார்க்க முயற்சி செய்யப்பட்டுள்ளது. பெயர்கள் கற்பனை, கருத்து மட்டும் யோசனை யைத் தூண்டுவதற்கானது. இந்தப் புத்தகம் ஒரு இலக்கியத்தில் சேர்க்கப்பட வேண்டியதே. தகவல்கள் சிலவற்றையும் அறிவியலறிஞர் களின் கூற்றைப்பற்றி நமக்கு எழும் சிந்தனைகளையும் பின்னணியாகக் கொண்டு வடிவமைக்கப்பட்டுள்ளது.

இவ்வளவு சொன்னபிறகு D *10* கோச் (Coach) க்குள் மீண்டும் செல்வோம் வாருங்கள். ஏழாம் எண் சீட்... ஒதுக்கப்பட்டு இருந்தது ஒருத்தருக்கு, உட்கார்ந்திருந்தது வேறு ஒருவர். உரியவர் ஏறிய இடம் மொரப்பூர். அவரை எழுப்பிவிட்டுக் கொண்டு இருக்க பத்தாம் எண் இருக்கையில் ஒரு பாட்டி அமர்ந்திருந்தார் அவரை எழுப்ப மனமின்றி இனியாள் தயங்கினார். ஒரு சண்டை போதுமே! அது ஏற்கனவே '7' ஆம் எண்ணில் நடக்கிறது.

முன்னதாக, D 10 கம்பார்ட்மெண்டில்... கொஞ்சம் குழப்பம் நிலவிக்கொண்டுதான் இருந்தது... எந்த இடமும் இல்லாமல் இருந்தது போன்ற இடத்தில் பரந்தாமன் பைகளோடு பாய்ந்து... மேலே கீழே என பரபரவென அவற்றை வைத்துவிட்டு... பிரிய மனமின்றி இறங்கினார்...

இரயில் நகர்ந்தது...

வெளியே இருந்து பரந்தாமன் அவரது துணைவியார் நற்றமிழ்... செல்வா, சிவா,----- அனைவரும் நெகிழ்ந்து போய் மழை நீரா... கன்னங்களில் கண்ணீரா? என்று தெரியாமல் வழியனுப்ப வாகனம் நகர்ந்தது...

இளங்கன்று... அம்மா... நீங்க... ஏழாம் எண் சீட்டுக்கு வந்து விடுங்கள் இதற்குரியவரிடத்தில் இட பரிவர்த்தனை செய்துகொள்ளலாம், என்று அனுமதி.. கேளுங்கள்...

என்று சொல்ல...

அந்த சீட்டுக்குரிய இளைஞர் அங்கே ஏற்கனவே ஆக்கிரமித்து இருந்தவரை அப்பொழுதான் வெற்றிகரமாக எழுப்பி விட்டுவிட்டு ஒப்பனை அறைக்குச் சென்று இருப்பதால் மீண்டும் ஒரு உரிமைப்போர் வேண்டாம் என்று இனியாள் தயங்கினார்.

பயணம் தொடங்கி பத்து நிமிடம் இருக்கலாம்.

இதோ... ஜோலார் பேட்டையில் நான் இறங்கிவிடுவேன் என்றார் மூதாட்டி...

இனியாள் நின்றுகொண்டு பயணம் செய்ய...

இளங்கன்றும்... சொற்சிற்பியும்... தூக்கக் கலக்கத்தில் கண்களா லேயே... கெஞ்சினர்...

ஒன்று பாட்டியை எழுப்பி விட்டு அமர வேண்டும்... அல்லது ஜன்னலோர இருக்கையிலாவது உரிமையாளரிடம் கேட்டு உட்காரலாம்...

மீத இடங்கள் பல்வேறு வயதிலிருந்த ஆண் பெண்களால் நிரம்பி வழிய...

இனியாள் இன்னும் நம்... பயணம் மிகவும் நன்றாக அமையும் என்றே கருதினார்.

'வசதி' என்பது மனசுக்குள் இருக்கிறது...

இரயிலின் வேகம்... மனதுக்கு இதமாக இருந்தது... சி.சி... அதாவது சிவகாமியின் சிவிகையைக் காட்டிலும் அதிவேகம்... (என்னது சி.சி அதை அறிய பார்க்க 2.5)

பரந்தாமன் நினைத்துக்கொண்டிருப்பார்... கூட்ட நெருக்கடியில் ஏற்றிவிட்டவர்கள் என்னவானார்களோ? என்று...

அப்பொழுது ஒப்பனை அறையிலிருந்து திரும்ப வந்தவர்...

இனியாளைப் பார்த்ததும்...

அவரைப் பார்த்ததும் அந்த தம்பியிடம் இருக்கை மாற்ற கோரும் முன்னே அவர் முந்திக்கொண்டார்...

"மேடம் வாங்க இப்படி உட்காருங்க... என்னைத் தெரியலையா? நீங்க தர்மபுரியில் வேலை பார்த்த பொழுது... அந்த பாங்கிற்கு அடிக்கடி... வந்திருக்கிறேன்! என்னுடைய கல்விக்கடன் நீங்கதான் ஒப்பளிப்பு செய்து கொடுத்தீர்கள்..." என்று சந்தோசத்தில் படபடவென பேசிக் கொண்டே போனார்...

அதன்பிறகு பாட்டி இறங்கியதும் ஜோலார்பேட்டையில், சொன்ன மாதிரியே நடை இடைவெளியின் அடுத்து அமர்ந்தவர்... பயணம் முழுவதும் பல கதைகளைப் பகிர்ந்து கொண்டார்... வாழ்க்கைக் கதைகள். இனியாளுக்கு அந்த இளைஞரின் முகம் முன்பு பார்த்தது நினைவில் இல்லை என்றாலும்... அவரது நன்றி உணர்ச்சி மற்றும் மரியாதையை புரிந்து கொள்ள முடிந்தது.

குழந்தைகள் கும்பிடப் போன தெய்வம் குறுக்கே வந்தது போல நன்றாக வசதியாக அம்மா மீது சாய்ந்து தூங்க ஆரம்பித்தனர் அதுதான் சொர்க்கம். அப்போதைக்கு.

இரண்டு மணி நேரம் தாமதமாக வந்த இரயில்... கனவழகு, என்ற தம்பியையும் உடன் அழைத்து வந்துள்ளது. இனியாள்... நல்லதே நடக்கும் என்று எதிர்பார்த்தது ஒரு முக்கியமான காரணம். துணிவு இருந்தால் மட்டுமே நல்லதை எதிர்பார்க்க முடியும்.

அன்புள்ள வாசகர்களே இரயில் பயணம் சிரமம் தரக்கூடும் என்று எதிர்பார்க்காத இனியாளுக்கு இனிமையைத்தான் அது அளித்தது...

அது மட்டுமல்ல...

3.6. புலியைக் கும்பிடு

பயணம்... எதை அளித்திருந்தாலும் அதை இனிமையாகத்தான் எடுத்துக் கொண்டிருப்பார் அவர் என்கிற வரையில் உண்மைதான்...

தின்ன வரும் புலியையும்

அன்போடு நீ

சிந்தையில் கும்பிடுவாய் - நம்

அன்னை பராசக்தி

அவ்வடிவாயினள்

அவளைக் கும்பிடுவோம்!

என்றல்லவா பாரதியார் சொல்கின்றார். தின்னவரும் புலி எப்படி மொரப்பூர் இரயில்வே ஸ்டேசனுக்கு வரும்? இங்கே வேறு வடிவத்தில் தான் நமக்கு சிக்கல்கள் வரும். அது தின்னவரும் புலி அளவிற்கு பயங்கர பூதாகரமானதாகக் கற்பனை செய்துகொள்ளப்படுகின்றது. அந்த நேரத்திற்கு ஒரு கும்பிடு போட்டால்... அதாவது நல்லதே நினைத்து... நல்லதே நடக்கும் என நம்பினால் நடக்கிறது அல்லது மனம் நடப்பதை சமாளித்து புன்னகையுடன் ஏற்றுக்கொள்ளத் தயாராகி விடுகின்றது.

அந்த வகையிலே இரயில் பயணத்தில் சந்தித்த ஜன்னலோர இருக்கை இளைஞர் வேறு யாரும் அல்லங்க... நம்ம கனவழகுதான்.

எந்தக் கனவழகு!?

என்று கேட்பவர்களுக்காக.

இந்த கல்லூரி மாணவரிடம்... ஆசிரியர் கூறிய...

உள்ளூரு 'கேக்''Cake'

உள்ளூரு 'டை' (Tie)

என்கிற வரிகளை ஒரு தலைமுறையைத் தாண்டி நம்மிடம் கொண்டுவந்து சேர்த்த கனவழகு இவரே!

உள்ளூர் கேக்... என்றால்... 'களி' யாம். தர்மபுரி, தேன்கனிகோட்டை பகுதிகளில் 'களி'... இராகி மாவில் செய்து உண்கிறார்கள். புளி,சளி, களி என்பது அஞ்செட்டி, நாட்நாம்பள்ளி, உரிகம் பகுதிகளில் சொல்லப்படுவது இதில் சளி -என்றால் குளிர் என்று தெலுகு மொழியில் பொருள்.

உரிகம் புளி-மிக பிரபலமானது. களி-தான் உள்ளூர் கேக். விலை குறைந்தது. படிக்கவில்லை என்றால் உள்ளூரில்... காட்டில் கோவணத் தைக் கட்டிக்கொண்டு... அதைத்தான் உள்ளூர் டை - என்று பேராசிரியர் கனவழகிற்குச் சொன்னாராம்...

வேளாண்மை... உழுதுண்டு வாழ்வாரைத் தொழுதுண்டு பின் செல்பவர்களாக இருக்கின்ற பேராசிரியர்... மரபணு மாற்றம் செய்யப் பட்ட கத்தரிக்காயை மைக்ரோ இரிகேஷனில் வளர்க்கிற (Micro - Irrigation) கனவழகன் வளர வேண்டும் என்கிற எண்ணத்தில் இப்படி... பேசியிருக்கலாம்...

எமோஷனல் இன்டெலிஜென்ஸில் இரண்டாவது டொமெய்ன் (Domain)இல் இது வருகிறது. Self-Management... தன்னை கட்டுப் படுத்திக் கொள்ளுதல்... என்பதில் இது எவ்வாறு பொருந்துகிறது என்றால்...

கனவழகின் மனதில்... பேராசிரியர் சொன்ன சொற்கள்... எமோஷனலாகப் பதிந்து போயிருக்கின்றன. அவரது உணர்வுசார் நுண்ணறிவு, கல்வி மீது அவர் கொண்ட பற்றாக வெளிப்பட்டு உள்ளது. எமோஷன், ஒரு மனிதனை மனிதனாக வைத்திருக்கிறது. கிராமப்புறத்தில்... ரோஷக்காரி! ரோஷக்காரன்! என்பார்கள். ஒரு சில ஆசிரியர்கள் அதைக் கிளப்பி விடுவதற்காக இப்படி ஒரு யுக்தியைக் கையாளுகிறார்கள். அதனால் மனது சில நேரங்களில் காயம் அடையலாம்... இதைப்பற்றிப் பேசிக்கொண்டு இருக்கும் பொழுது...

டாக்டர் சங்கர சரவணன் சார் 'அமர்க்களமான' ஒரு பாடலைச் சொன்னார். அவர் சொன்ன அந்தப் பாடலுக்குள் கவியரசு வைரமுத்து அவர்கள் எமோஷனல் இன்டெலிஜென்ஸைப் பேக்கேஜிங் செய்து வைத்திருப்பார். சின்னச்சின்ன தோல்விகளைச் சந்திக்கையில் மனது மீண்டும் எழுந்து நிற்பதை வழக்கமாக்கிக் கொள்கிறது. சிரமப்பட்டுக் ஒரு பொருளை அடையும்பொழுது அதன் மதிப்பு பன்மடங்காக திருப்தி அளிக்கிறது.

சமீபத்தில் ஜுன் 2019ல் உலக கிரிக்கெட்டில் 2007-ல் ஆறு பந்து களில் ஆறு சிக்ஸர் அடித்த யுவராஜ் சிங் என்கிற கிரிக்கெட் விளையாட்டு வீரர் ஓய்வு பெற்றார். அவருக்கு நுரையீரலில் புற்று நோய் வந்து 2011-ல் வைத்தியம் செய்துகொண்டு மீண்டும் கிரிக்கெட் விளையாடி 2012-ல் அர்ஜுனா விருதும் பெற்றவர். அவர் தனது பிரியாவிடை அளிக்கும் உரையில் "பலமுறை விழுந்து... பின்னர் தூசியைத் தட்டிக் கொண்டு எழுந்து மீண்டும் ஓடியதுதான்... வாழ்வில்... தான் மறக்க முடியாத நினைவுகளில் முக்கியமானது" என்று பேசினார்...

வாழ்வில் விழும் தோல்விகள்... முக்கியமானவை என்று பொருள்படும் அந்தப் பாடல்... டாக்டர் சங்கர சரவணன் சார் இதே 3.6 அத்தியாயத்தில் சொன்ன பாடல் எது தெரியுங்களா...?

பரத்வாஜ் இசையமைப்பில்... எஸ்.பி.பாலா சார் மூச்சுக்குப் பயிற்சி வாங்கி... உச்ச ஸ்தாயில் பாடிய 90 வரிகள் கொண்ட பாடல்ங்க... ரொம்ப உணர்ச்சிகரமாக இருக்கும்... எமோஷனல் இன்டெலிஜென்ஸ்ல இந்த எமோஷனல் பாட்டைப்பற்றி எழுதுவது மிகவும் பொருத்தமானது தான்... பல வாசகர்கள் இந்நேரம்... என்ன பாட்டு என்று கண்டுபிடித்து இருப்பீர்கள் இருக்கட்டும்... இதோ அந்தப் பாடலைச் சொல்லும் முன்பு டேனியல் கோல்மேன் சொன்ன நான்காவது டொமெய்ன் ஆன... எமோஷனல் இன்டெலிஜென்ஸைப் பயன்படுத்துதல்... என்கிற படிநிலை எப்படி இரயிலில் ஏறுவதற்கு உதவியது என்று பார்ப்போம்...

3.7. டோபமைன்

தோனி வந்து பேசிக்கொண்டு இருந்தால் சொற்சிற்பி இரண்டு மணிநேரத்தைப் பொருட்படுத்த மாட்டான் என்று ஏற்கனவே சொன்னது போல (அத்தியாயம் (2.3)) ... ஒரு திரைப்படத்தில் உதவி இயக்குனராக பணியாற்றிய கனவழகன் தன் கதையைச் சுவையாகப் பேசியதால் சென்னை வந்ததே தெரியாமல் பேசிக்கொண்டே பொழுது கழிந்தது...

இரவு உணவிற்கு... குழந்தைகள் எழுந்து உண்ணாததால்... மொத்தமாக... யாருமே உணவைப் பொருட்படுத்தவில்லை... அழகாக பயணம் அமைந்து இருந்தது.

செவிக்குணவு இருந்ததால் வயிற்றுக்கு ஈயப்படவில்லை... அங்கே மொரப்பூரில் நான்கு குழந்தைகளோடும்... நல்ல சாரல் வீசும் மழை யோடும் பொழுது மிக அழகாகக் கழிந்ததால்... பரந்தாமன் பரவச மாகிப் போனார்...

ஒரு விநாடி கூட....

என்ன இது பயணம்! என்ன கொடுமையான காலதாமதம்? அடக்கடவுளே! இங்கு ஓய்வெடுக்க நல்ல வசதி இல்லையா?

நீங்கள் முன்னரே சொல்லியிருக்க வேண்டாமா? உங்களால்தானே இவ்வளவு சிக்கலும்!

மாற்று ஏற்பாடுகள் என்னென்ன செய்யலாம்! யாருக்கெல்லாம் போன் போடலாம்?

என்று எந்தப் பதட்டமும் அடைவதாக இல்லை! போதும் என்ற மனமே பொன் செய்யும் மருந்து! என்று ஒரு பொன்மொழி உண்டு!

உயர்வான இலக்குகள் வைப்பதும் அதை அடைய உழைப்பதும் கூடாது என்று மேற்கண்ட பொன்மொழி பொருள் தரவில்லை!

விளையாட்டு வீரர்கள் எந்த ஒரு துறையிலும் ஜொலிக்கலாம். கால்பந்தாகட்டும் வளைகோல் பந்தாகட்டும்...

வாரத்தில் நான்கைந்து நாட்களாவது பயிற்சி செய்வதும் ஓடுவதும் அவசியம்.

அப்படி ஓடுவதை... தோசை மாவு என்று இனியாள் விளையாட்டு ஆர்வலரிடம் சொல்லிக்கொண்டு இருந்தார். அமெரிக்கா மற்றும் இங்கிலாந்தில்... மன அழுத்தத்தை குறைக்கும் மருந்துகளின் பயன்பாடு பலமடங்கு அதிகரித்து வருவதாக ஹோமோ ட்யூஸ் (Homo deus) புத்தகத்தில் சொல்லி இருக்கிறார்.

பல மருந்துகள் மூளையை சந்தோஷமாக இருக்கிற மாதிரி உணர வைக்க வல்லவை. இது குறித்து ஆராய்ச்சிகள் பரபரப்பாக நடந்து வருகின்றன. சைக்கோட்ரோஃபிக் சப்ஸ்டென்சஸ் என்று இதனை அழைக்கிறார்கள். Psychotropic Substences. நீங்கள் எதோ போதைப் பொருள்... என்று நினைத்துக்கொள்ளப் போகிறீர்கள். போதை மருந்துக்கான ஆங்கிலப் பெயர், நார்கோடிக் டிரக்ஸ். Narcotic Drugs ஆகும். ஆனால் சைக்கோட்ராபிக் மருந்துகள், அரிதிலும் அரிதாய் மருத்துவர்களே, பரிந்துரைப்பது ஆகும்.

இயற்கையாகவே மகிழ்ச்சி ஹார்மோன் என்று உடலில் ஒரு நாளமில்லா சுரப்பி சுரக்காத உடலில் அங்கங்கே படு லோக்கலாக... சதைகளிலேயே... செல்களிலிலேயே சுரக்கப்படுகின்ற இயக்குநீர்கள் உள்ளன (Local Hormones), அவற்றின் பெயர், லோக்கல் ஹார்மோன்கள் ஆகும். அவற்றில் டோபமைன், செரடோனின் என்கிற ஹார்மோன்கள் மகிழ்ச்சி ஹார்மோன்கள், என்று அழைக்கப்படுகின்றன. இவை உடல் உழைப்பில் ஈடுபடும்பொழுதோ... அல்லது உடல்பயிற்சி செய்யும் பொழுதோ சுரக்கின்றன. அதற்கு இயற்கையாகவே உடலில் உள்ள மரபணுக்களும் ஒரு வகையில் காரணமாக உள்ளன. சரி இப்பொழுது மீண்டும் சற்று முன்பு சொன்ன,

தோசை மாவுக்கு திரும்புவோம்

தோசை மாவு என்று சொன்னது ஃபிட்னஸ் ஆகும்.

தோசை மாவு இருந்தால்

கல்தோசை, பொடிதோசை, ஆனியன் தோசை, நெய் தோசை என்று பலவகையான தோசைகளை ஊற்றலாம்... அதுபோல

ஃபிட்னஸ் மட்டும் இருந்தால்... உடல்திறன் மட்டும் இருந்தால்... அதை வைத்து...

நாம்... கால்பந்து, கிரிக்கெட், வாலிபால் என்று மற்ற விளையாட்டுத் திறமைகளை தேவைப்படும் வண்ணம் மாற்றிக்கொள்ள முடியும்.

3.8. தோல்விகள் கேட்டேன்

அதைப்போலவே... எமோஷனல் இன்டெலிஜென்ஸ் மட்டும் இருந்தால் போதும்... அதை வைத்து பள்ளி, கல்லூரி, இரயில் வண்டி, அலுவலகம், அரசியல் வாழ்க்கை, உறவு, நட்பு ஆகிய எல்லா துறை களிலும் மிகச் சிறப்பாக ஆதரவாளர்களைப் பெற்று வென்று குவிக்கலாம்.

வென்று குவிக்கின்ற நேரத்தில் நாம் முன்பு 3.6-ல், தேடிக்கொண்டு இருந்த பாடலில் குறிப்பிடத்தகுந்த இரண்டு வரிகள் என்ன? என்று எழுதி விடுவோம்...

"சின்னச் சின்ன தோல்விகள் கேட்டேன்
சீக்கிரம் ஆறும் காயம் கேட்டேன்"

(திரைப்படம்: அமர்க்களம் வருடம்: 1999)

என்பதுதான் அந்த இரண்டு வரிகள் சத்தம் இல்லாத தனிமை கேட்டேன்... என்று தொடங்குவது அந்த ஆக்ரோஷமான வரிகள் ஆகும்... பாடல் முழுக்க பட்டையைக் கிளப்பும் உச்சக்கட்டத்தில்... மரணம் கேட்டேன் என்று முடிவதை மட்டும்... மறுபடியும் சிரமங் களுக்கான மரணம்... என்று எடுத்துக்கொண்டால் நலம்.

மனதை சங்கடப்படுத்தும் தோல்விகளை சந்தித்து மீள்வது ஒரு பயிற்சி ஆகும். தான் மன சங்கடத்தை அடைந்தாலும், அதை தன்னை சுற்றி உள்ளோருக்குத் தராமல் இருப்பது ஒரு எமோஷனல் இன்டெலிஜென்ஸ் தான். இப்படி சொல்லும் பொழுது நினைவு வருகிறது,

இனியாளது தந்தையின் எமோஷனல் இன்டெலிஜென்ஸ்.

மூன்றாவது எமோஷனல் இன்டெலிஜென்ஸ் டொமெய்ன் ஆன...

எம்பதி என்பதை அவர் எப்படி பயன்படுத்தி யோசித்து உள்ளார் பாருங்கள்

அவர் பெயர் அன்புக்கடல்...

3.9. ஏகே-47

அவரை... அன்பு - அ கடல் - க... A.K. என்று அழைப்பார்கள். சமயத்தில் கோபம் வரும் என்பதால் அவரை AK-47 என்று அழைப்பதும் உண்டு.

அடப்பசங்களா...

கோபம் இருக்கிற இடத்துலதான் குணம் இருக்கும்!

அடிக்கிற கைதான் அணைக்கும்!

என்று அவர் சொல்வதுண்டு அதைப்பற்றி தனியாக இன்னும் அலசியாக வேண்டும். இங்கே... எம்பதி குறித்துப் பார்ப்போம்.

அந்த சமயம்... கிட்டத்தட்ட 2002...

இன்றைக்கு... சுமார் 17 ஆண்டுகளுக்கு முன்பு இனியாள் வங்கிப் பணிக்காக... வெளியூரில் படித்துக்கொண்டு இருந்த சமயம்...

தீவிரமான படிப்பு, உத்திரப்பிரதேசம் பிரெய்லியில்... இங்கே கோவையில் ஒரு கிராமத்தில் AK... திடீரென... இதய நோய் என்று அறிவிக்கிறார்கள் சுமார் 64 வயது இருக்கும் அன்புக்கடல் ஐயாவிற்கு... கோவையில் ஒரு தனியார் மருத்துவமனையில் அனுமதிக்கப்பட்டு குடும்பம் சிக்கலான உணர்ச்சிகரமான சூழ்நிலைக்கு ஆட்படுகின்றது.

அங்கே அன்புக்கடல் வலியில் துடிக்கும்பொழுதுகூட தன் மனைவி அமைதிப்பூவிடம் சொல்கிறார்...

"இனியாவிற்கு... என்னுடைய இந்தச் சூழ்நிலையை எல்லாம் தெரியப்படுத்த வேண்டாம். படிக்கிற பொண்ணு இது தெரிஞ்சு என்ன செய்யப்போறா? மனசைப் போட்டு அலட்டிக்குவா! ஊருக்குக் கிளம்பி வர்றேன் என்று சொல்வாள்... பாவம்.. பரிட்சைக்குப் படிக்கட்டும்" என்று சொல்லி இருக்கிறார்.

இனியாள் மனசு என்ன பாடுபடுமென்று படம்பிடித்துக் காட்டு கிறார்... அன்புக்கடல்... இதுதானுங்க எம்பதி... வேறு என்ன?

மரணம் குறித்து பாடல் வந்தபொழுது ஐயா அன்புக்கடல் அவர்கள் ஐ.சி.யூக்கு 64 வயதில் சென்ற தகவல் வந்தது அவர் உடல் நலமுடன் உள்ளாரா! என்பது கேள்வியாக இருக்கும்... நண்பர்களே இந்தச் செய்தியை ஒரு இடைத்தகவல் போட்டு கொஞ்சம் ட்விஸ்ட் வைத்து நான்கு பக்கங்கள் தள்ளிக் கொடுக்கலாம் என்றால் இனியாளின் மனசு கேட்கவில்லை. அவருடைய நல்லெண்ணம் போல... தந்தையார் உடல் நலம் தேறி வெளியே வந்தார்... மகளும் வங்கித் தேர்வில் வென்று பணியில் சேர்ந்தார்.

இத்துடன் மூன்றாவது அத்தியாயம் முடிவுக்கு வருகிறது. அடுத்ததாக பால் எக்மேன் என்கிற உளவியல் அறிஞரின் பெயரோடு ஆரம்பிக்கிற அத்தியாயம்... தொல்காப்பியரில் இருந்து சுதாகர் IPS வரை பல்வேறு திறமை வாய்ந்தவர்களது கருத்துக்களை சொல்ல வருகிறது. முதலில்... உடம்பெல்லாம் வண்ணமயமான... ஓவியங்களுடன் நமக்கு காட்சி கொடுக்க உள்ளவர்; தேவதேவன்...

இனியாள் அவர்களின் மாமனார். அவர் உடம்பில் ஏன் ஓவியம்? டேட்டுவா?... (tattoo?)

அட அதெல்லாம் இல்லீங்க...

நடந்தது என்னன்னா?

அதுக்கும் எமோஷனல் இன்டெலிஜென்ஸ்க்கும் என்ன சம்பந்தம்னா?

வாங்க படிப்போம்...

4. பால் எக்மேன்

4.1. தேவதேவன்

வெற்றி பெற்று பணியில் சேர்ந்தபின்பு... காலங்கள் உருண்டோடின... உருண்டோடின என்றதும்... சொற்சிற்பியும்... இளங்கன்றும் ஒருநாள் வீட்டில் இருந்த தாத்தா தேவதேவனின்... உடல்மீது... பலவண்ண ஓவியத்தை தூரிகை மூலம் தீட்டியது ஞாபகம் வருகிறது... அவர் ஊரில் இருந்து பயணம் செய்து வந்த அயற்சியில் சட்டை அணியாமல் உறங்க... நெற்றி முதல் மார்பு தொப்பை எல்லாம் பச்சையும் சிவப்பும் மஞ்சளுமாக... எழுந்தார்... ஆங்காங்கே காலி சாயக் குப்பிகள் உருண்டு கிடந்தன...

அவர் எழுந்ததும் ஆச்சரியப்பட்டு போனார்...

ஆனால் தேவதேவன் சாருடைய சிறப்பம்சம் என்னவென்றால் அவருக்குக் கோபம் வந்து யாரும் பார்த்ததில்லை. சொற்சிற்பியையும் இளங்கன்றையும் அழைத்தார்...

“டாய்... உண்மையைச் சொல்லுங்க... யாருடா... இப்படி என்மேல் ஓவியம் வரையலாம் என்று முதன்முதலில் ஐடியா கொடுத்தது”

என்றார்...

ஒரு விநாடி... க்கும் குறைவான நேரத்தில் ஒருவரை ஒருவர் சொற்சிற்பியும்... இளங்கன்றும் பார்த்துக் கொண்டனர்...

அது போதும்...

அது இளங்கன்றின் ஐடியாதான் என்று கண்டு கொண்டார்... தேவதேவன்...

எப்படீங்க?

அகத்தின் அழகு முகத்தில் தெரியும் என்பார்கள்.

“அவன் கண்ணே! காட்டிக் கொடுத்துடுச்சு” என்பார் தேவதேவன்...

4.2. என்னிடம் பொய் சொல்

“பாஸ்... எவன் பொய் சொன்னாலும்... அப்படியே மைபோட்டு பார்க்கிற மாதிரி கண்டு பிடிச்சுடுவேன்”

என்பார் இனியாளின் நண்பர் R. சுதாகர் IPS.

இப்படியிருக்க... ஒருத்தர் இந்தத் துறையில்... அதாவது முகத்தை வச்சே உணர்வை கண்டுபிடிப்பதில் உலகப் புகழ் பெற்றவராக இருக்கிறாராம். அவருடைய பெயர் என்ன?

அவரைப்பற்றி நம்ம புத்தகத்தில் உள்ள உணர்வுசார் நுண்ணறிவு கட்டுரையிலும் சுருக்கமாக வந்திருக்கு.

முகத்தைப் பார்த்தே இவர் உணர்வுகளைச் சொல்வதில் கில்லாடியாம்

"என்னிடத்தில் பொய் சொல்லிப் பார்" (Lie to me) என்று ஒரு தொலைக்காட்சித் தொடரே! இவருடைய திறமையை மையமாக வைத்து எடுக்கப்பட்டுள்ளது என்றால், பார்த்துக்கொள்ளுங்களேன்.

"சிலர் சிரிப்பார்
சிலர் அழுவார்
நான்
சிரித்துக் கொண்டே அழுகின்றேன்!"

என்று ஒரு திரைப்படப் பாடல் உண்டு. உள்ளே மகிழ்ச்சியாக இருக்கும் பொழுதும் வெளியில் அழுவது போல நடிக்கின்ற சூழ்நிலையைப்பற்றி இந்தப் பாடல் சொல்வதாக எடுத்துக்கொள்ளலாம்.

முகபாவனைகள்... பரதநாட்டியத்தில் பாவம் (Bhava) என்று சொல்லப்படும்... ரஸம் என்று கூட சொல்வார்கள். சிருங்கார ரஸம் என்றால் அன்பு என்று, கேள்விப்பட்டு இருப்பீர்கள் அவை சமஸ்கிருத சொற்கள்...

தமிழில் எட்டு மெய்ப்பாடுகள் உள்ளது என்று தொல்காப்பியம் தெரிவிக்கிறது "அச்சம், இளிவரல்..." என்று வாய்பாடு ஒன்று உள்ளது... அது கீழே தரப்பட்டு உள்ளது.

"நகையே அழுகை இளிவரல் மருட்கை
அச்சம் பெருமிதம் வெகுளி உவகை என்று
அப்பால் எட்டே மெய்ப்பாடு என்ப"

இப்பாடலில் சொல்லப்பட்டுள்ள உணர்ச்சிகளைப் பட்டியல் போடலாங்களா... அது கீழே...

1. நகை - அதாவது சிரிப்பு
2. அழுகை

3. இளிவரல் அதாவது இகழ்ச்சி, அவமானம்
4. மருட்கை அதாவது வியப்பு (ஆச்சரியம்)
5. அச்சம்
6. பெருமிதம்
7. வெகுளி அதாவது கோபம்
8. உவகை

பால் எக்மேன் Paul Ekman... அட.... அவர் பேரைச் சொல்லி விட்டேன் பார்த்துக்கோங்க... உணர்ச்சிவசப்பட்டு... அவருடைய பெயர்தான் இந்த நாலாவது அத்தியாயத்தின் தலைப்பு...

எத்தனை விதமான முகபாவனைகளை ஆராய்ந்து சொல்லியிருக்கிறார்... வரைந்து பத்திரப்படுத்தி இருக்கிறார் தெரியுங்களா? இவர் தயாரித்திருப்பது ஒரு முகபாவனை அட்லஸ் அதாவது உணர்வு வரைபடம், முக உணர்வு வரைபடத்தொகுப்பு, உலகத்தின் மிகச்சிறந்த மனித பொய் கண்டுபிடிப்பாளர் என்று... இவரை சொல்கிறார்கள். ஒதெல்லோ... நாடகத்தின் காலத்தில் இவர் ஒருவேளை இருந்திருந்தால், உலகின் மிகச்சிறந்த வில்லன் கதாபாத்திரமான, இயாகோ, பொய் சொல்கிறான் என்று கண்டுபிடித்துச் சொல்லி ஆகச்சிறந்த அழகி டேஸ்டெமோனோவை இவர் காப்பாற்றியிருப்பார்... அந்த முகபாவனை அட்லஸில் எவ்வளவு முக உணர்ச்சிகள் இருக்கும்? என்று நினைக்கிறீர்கள்?

ஒன்றல்ல பத்தல்ல நூறல்ல...

அவ்வளவு ஏன்?

ஆயிரமும் அல்ல

பத்தாயிரம் உணர்ச்சிகளைக் காட்டும் முகப்படங்கள் உள்ளனவாம்.

இதையெல்லாம் பார்க்கும்பொழுது நமக்கு ஆச்சரியமாக இருக்கலாம். சில நண்பர்கள் எப்போ பார்த்தாலும் ஒரே மாதிரியான முகத்தோடு காணப்படுவதை நீங்கள் பார்த்திருக்கலாம். கண்களைப் பார்த்துப் பேசமாட்டார்கள். மழை வருகிறதா? என்று வானத்தைப் பார்ப்பது போலவே காணப்படலாம்...

முக உணர்வுகளால் மனதைக் கண்டுபிடிக்க வாய்ப்பே இருக்காது... அவர்களுக்கு ஒருவேளை அலெக்ஸித்தைமா... இருக்கலாம். அப்படி என்றால் என்ன என்று 11.2-ல் பாருங்க.

பள்ளிக்குழந்தைகளுக்கு உணர்ச்சி முகங்களை சிலவற்றையாவது அறிமுகப்படுத்தலாம்...

4.3. மைக்ரோ எக்ஸ்பிரஷன்

நம் ஊர் நகைச்சுவை நடிகர் வடிவேலு அவர்களின் விதவிதமான முகபாவனைகள் நூற்றுக்கணக்கில் பல்வேறு மீம்கள் புலனத்தில் நுணுக்கமான செய்திகளை... சட்டென நம் மனதுக்குள் செலுத்த ஏதுவாக... அறிமுகம் ஆகியுள்ளன.

பால் எக்மேனுக்கு இப்போ 85 வயசு, இவர் கலிபோர்னியா, சான் ஃபிரான்ஸிஸ்கோ, பல்கலைக்கழகங்களுக்கு கௌரவ பேராசிரியராகப் போய் வருகிறாராம்.

இனியா இவரைப்பற்றிப் படிக்கப் படிக்க... மேலும் படித்துக் கொண்டே இருக்கலாம் என்று தோன்றியது "என்னிடத்தில் பொய் சொல்லிப்பார்" தொடரில்... முகத்தோற்றம் மட்டும் சொல்லாது உடல் மொழியையும் ஆராய்ந்தார்களாம். பேசும் பொழுது நிற்கிறோமோ உட்கார்ந்திருக்கிறோமோ.. கைகால்களை எப்படி அசைக்கிறோம்? என்பது எல்லாமே உணர்ச்சி நுண்ணறிவால் மேற்கொள்ளப்படுகிறது. குரலின் ஏற்ற இறக்கங்களும், தொனி, சுரத்து, அழுத்தம், ஏற்ற இறக்கம் ஆகிய உணர்ச்சிதான் முடிவு செய்கிறது. எழுதும் பொழுது எழுத்திலும் உணர்ச்சியைக் கொட்டலாம். வரிகளையும் வார்த்தைகளையும் மாற்றிப் போட்டால்... சொற்கள் வழியே... உணர்ச்சித் தீயை கனன்றெழச் செய்ய முடியும்! மேடையில் முழங்குவதும் ஒரு எமோஷனல் இன்டெலிஜென்ஸின் வெளிப்பாடே!

இது இப்படியிருக்க... நுண்ணறிவு என்றால்... நுணுக்கமான சின்ன விஷயம்தானே... சின்ன விஷயங்களை மைக்ரோஸ்கோப்பில் (Microscope) தானே பார்க்க வேண்டும். இப்படியாக... மைக்ரோ... எக்ஸ்பிரஷன்... (micro expression) என்று ஒரு உணர்வுசார் நுண்ணறிவு பதம் உள்ளது. அதைப்பற்றி தெரிந்துகொள்வது மிகவும் சுவாரஸ்யமாக இருக்கும்.

மைக்ரோ எக்ஸ்பிரஷனை வைத்துத்தான் தேவதேவன் இளங்கன்றைப் பிடித்தார் என்று சொல்லலாம். எப்படி என்று இன்னும் நுணுக்கமாக பார்ப்போம்...

4.4. தன்னிச்சை & தானியங்கி

யார்றா செய்தது என்றதும்?

இளங்கன்று உடைய மூளையை அந்தக் கேள்வி சென்று சேருகிறது.

அங்கே... அமிக்டலா என்று ஒரு பகுதி உள்ளது. அது உணர்ச்சியின் தலைமை. அதற்குக் கட்டுப்பாடு கிடையாது. தானியங்கி நரம்புப் பகுதி (involuntary) இன்வாலண்ட்ரி என்று சொல்வார்கள். அது டக்கென உதட்டைக் கடிக்கச் செய்கிறது...

அதன்பின்னர் யோசிக்கும் மூளைப் பகுதியான கார்டெக்ஸ் சீனுக்குள் நிதானமாக நுழைகிறது...

அது தன்னிச்சைப் பகுதி...

(Voluntary) என்று சொல்கிறார்கள்.

மனசு என்று கூட சொல்லிக்கொள்ளலாம்.

அது சொல்கிறது...

"உதட்டை சரி செய்துகொள்"..

"இல்லை நான் இல்லை... முதலில் அண்ணன் சொற்சிற்பி தான் சாயம் பூசலாம் என்று சொன்னான். நான் வேண்டாம் என்றேன். தாத்தா ஐஸ்க்ரீம் வாங்க போகலாம் என்று சொல்லி இருக்கிறார் என்றேன்... அவன்தான் கேட்கலை..."

என்று திறமையாக பேச வைப்பது யோசிக்கும் மூளைப்பகுதியான கார்டெக்ஸ்...

இவை நடப்பதெல்லாம் ஒரு விநாடிக்குள்...

அதனால் உன்னிப்பாகப் பார்க்காவிட்டால் அந்த முதல் அமிக்டலாவின் தானியங்கி ரிப்ளெக்ஸ் (Reflex) reaction ரியாக்சனை நாம் பார்க்க மாட்டோம்... எனவேதான் அதை மைக்ரோ - எக்ஸ்பிரஷன் என்று சொல்கிறார்கள். இப்படி தானியங்கிக்கும் தன்னிச்சைக்கும் நடைபெறுகிற குழப்பத்தையும் போராட்டத்தையும் கண்டுபிடிப்பதால் தான் தேவதேவன், சுதாகர், பால் எக்மேன் எல்லாம் இங்கே எழுதப் பட்டுள்ளனர்..

அது சரி.

ஆங்கிலேயர் அமெரிக்கர் இந்தியர் எல்லாருக்கும் ஒரே மாதிரியாகவா இந்த மைக்ரோ - எக்ஸ்பிரசஷன்கள் இருக்கும்?

ஆமாம் என்கிறார் பால் எக்மேன்.

4.5. எட்டு ஏழாகிறது

அதுவும் கீழ்க்கண்ட ஏழு வகைகளில்தான் நுண் - முகபாவனைகள் இருக்கும் என்று சொல்கிறார்... அவையாவன *1.* வெறுப்பு (disgust) 2. கோபம் (anger) *3.* பயம் *4.* சோகம் *5.* சந்தோஷம் *6.* ஆச்சரியம் 7. அவமதிப்பு (Contempt).

இதில் தொல்காப்பியரிடமிருந்த பெருமிதம் (பார்க்க 4.2. அத்தியாயம்)... மிஸ்ஸிங்... கவனியுங்கள். மேலும், இதில் மேற்கண்ட வற்றில் வெறுப்பு, கோபம், அவமதிப்பு இந்த மூன்றையும் எப்படி வேறுபடுத்திப் பார்ப்பது என்று யோசித்துப் பார்த்தீர்களா? பொதுவாக நாம் பட்டியல்களை இடும் பொழுது... தனித்தனியாக அவற்றைப் பரிசீலித்துப் பார்ப்பது கிடையாது மேலெழுந்தவாரியாகப் படித்துவிட்டு விட்டு விடுவோம். அதனால்தான் மீண்டும் அந்த மூன்று நுண் முகபாவனை - உணர்ச்சிகளையும் தனியாக உற்றுநோக்கக் கோரினோம்.

முன்பே ஒரு விநாடிக்கும் கீழே என்று சொல்லி இருந்தோம். இந்த உணர்ச்சிகலெல்லாம் 1/15 அல்லது 1/25 விநாடிகளுக்குள் மாற்றப்பட்டு விடுமாம். அதனால் இதை மிகவும் வேகமாகப் பார்க்க வேண்டும். உன்னிப்பாக கவனித்தால்தான் தெரியவரும். இனிமேல் எல்லார் முகங்களையும் நுணுக்கமாகப் பார்ப்போம். இல்லையா?

இனியாள், பால் எக்மேன் குறித்து மேலும் மேலும் படிக்க ஆசைப் பட்டார். அப்படித் தேடியபொழுது அவர் பதினைந்து புத்தகங்கள் எழுதியிருப்பதாக தெரிய வந்தது. அதில் ஒரு புத்தகத்தின் தலைப்பு... பொய் சொல்லியது!

அதாவது பொய் சொல்வதைப் பற்றியது... அந்தத் தலைப்பு என்ன தெரியுங்களா?

சொல்கிறோம்... *(விடை அத்தியாயம் 5.3 ல்)*

4.6. பொய் சொல்லலாமா

அந்தப் புத்தகம் பெங்குய்ன் பிரசுரத்தார் வெளியிட்டது. அதில் எமோஷனல் இன்டெலிஜென்ஸ் அதிகமாக இருந்தால் மட்டுமே பொய் சொல்ல முடியும் என்று சொல்லி இருப்பார். எமோஷனல் இன்டெலிஜென்ஸ் அதிகமாகவும் இருக்க வேண்டும் அதே சமயம்

பொய் சொல்லாமலும் இருக்க வேண்டும். இப்படிப்பட்ட குழந்தைகளே மிகவும் விரும்பத்தக்க குழந்தைகள் அல்லவா?

பொய்மையும் வாய்மை இடத்து! என்று வள்ளுவர் சொன்னதை இறுக்கமாக பிடித்துக்கொள்ளக் கூடாது. அதே சமயத்தில் களவும் கற்று மற! என்று ஒரு பொன்மொழி உள்ளதல்லவா! குறும்பு செய்கிற குழந்தைகள் வளர்ந்தபிறகு வாழ்வில் 'மென்திறன்' என்று சொல்லப் படுகிற... Soft skills களில் அதிக பெயர் பெற்றவர்களாக இருப்பது குறித்து நிறைய பெரியவர்கள் சொல்லக் கேட்பது உண்டு.

"அவளா! அந்தக் குழந்தையா! ஆமாங்க நான் பார்த்திருக்கேன்! பள்ளியில் படிக்கும் பொழுதே! சும்மா! துறுதுறுன்னு... எப்பப் பார்த்தாலும் ஏதாவது ஒரு விஷயத்தை இழுத்துப் போட்டுப் பேசிட்டே! இருப்பாள்!"

என்று இனியாளைப் பற்றி... வயசானவர்கள் சொல்லிக் கேட்டிருக்கிறார். பெரியவர்கள் குழந்தைகளை கவனிக்கிறார்கள். அது போலவே, குழந்தைகளும், பெரியவர்களைக் கவனிக்கிறார்கள்... என்பது நிதர்சனமான உண்மை... இந்த நேரத்தில்தான்... கேரம் போர்டு விளையாடிய பையன் அழுது புரண்டு எழுந்து கிளம்பலாம் என்று சொன்ன போது... அவனுடைய பெற்றோர்கள் என்ன செய்தார்கள் என்று சொல்ல வேண்டும். முன்பு 3.4 அத்தியாயத்தில் பார்த்தது.

கேரம் போர்டு விளையாடிக்கொண்டிருந்த... பையன் திடீரென தோல்வியைக் கண்டு மிரண்டு அழுது... அடம்பிடித்தது குறித்து நாம் படித்துக்கொண்டு இருந்தோம். அது அத்தியாயம் 3.4-ல்... கேரம் போர்டும் லெபனானும் என்ற தலைப்பில் வந்திருந்தது.

அதற்குப் பின்னால் நாம் கலீல் ஜிப்ரான், அவர்களின் வில்லை வளைத்து... பாரதியின் புலியைக் கும்பிட்டு... எக்மேனிடம் பொய் சொல்லிவிட்டு இங்கே நிற்கிறோம்... எனவே சூழ்நிலையை மறந்து விட்டவர்கள் 3.4 -க்கு சற்றே சிரமம் பார்க்காமல் சென்று கேரம் போர்டு விளையாடும் பொழுது நடந்த சண்டையைப் பார்த்துவிட்டு வந்து இங்கே தொடருக...

'அன்பு மகனே! கவலைப்படாதே! தோல்வியை வெற்றி கொள்வது தான் வெற்றியின் முதல்படி! கேரம் போர்டோ, சதுரங்கமோ... விளையாட்டு, என்பதில்... வாழ்வின் தத்துவமே' அடங்கியிருக்கிறது. திருவிளையாடல் என்றுதானே இறை நம்பிக்கை உள்ளவர்கள் சொல்கிறார்கள். அந்த வகையில் பார்க்கப் போனால் ஒவ்வொரு விளையாட்டும் திருவிளையாடலே!

உட்கார்...

மோது

தோற்றுப் போ!

மீண்டும் விளையாடு...

மாற்றி முயற்சி செய்!

புதிதாய் யோசி

மறுபடி அடிபடு!

எழுந்துகொள்!

முயற்சிகள் கடல் அலைபோலத் தொடர வேண்டும்!

தோல்வி துவண்டு போக அல்ல, வெகுண்டு எழ!

முயற்சி முடித்துக் கொள்ள அல்ல வெடித்துக் கிளம்ப...

கற்றல்... வெற்றி பெறுவதில் அல்ல மீண்டும் நிற்றலில் உள்ளது!

விழும்பொழுது எதுவும் அவமானம் இல்லை! வெற்றி எதிரிக்கு மட்டுமே மொத்தக் குத்தகையாய் இல்லை! மறுபடி முயன்றால்... முடியலாம்! வீழ்ந்தே கிடந்தால் அவமானம்! பெரிதாய் இலக்கு இருந்தால் பெருமை! சக்திக்குத் தகுந்த முயற்சி இருக்கக் கூடாது! சக்தியை சோதிக்கும் இலக்கு வைக்க வேண்டும்!

இப்படி அந்தக் குழந்தைக்குச் சொல்ல, உற்றோரும் பெற்றோரும் ஊக்கமுடையவர்களாக இருக்க வேண்டும். வள்ளுவர் படைச்செருக்கு அதிகாரம் குறள் எண் 772-ல் என்ன சொல்கிறார்... ஒரு முயலை அடிக்கிற வெற்றியைக் காட்டிலும் யானையை எதிர்த்து - நிற்கிற துணிச்சல் உயர்ந்தது என்கிறார்.

அப்படியானால்... மகாகவி பாரதியாரைப் போல் யானையோடு நேரடியாக பலப்பரிட்சை எல்லாம் செய்து பார்த்துவிடப் போகிறீர்கள்... வாழ்வில் உணர்ச்சிவசப்பட்டு பெரிய இலக்குகள் வைக்க வேண்டும் என்றுதான் அர்த்தம். பெரிய இலக்குகள் வைக்கும்பொழுது சித்தம்... மொத்தமாக வேலைசெய்து மனம் விரிவடைகிறது.

4.7. இரண்டு சிந்தனை

பிடிவாதம் பிடிக்கிற குழந்தைகளை எப்படி சமாளிப்பது? என்று ஒரு கேள்வி அடிக்கடி கேட்கப்படுகிறது. சில நேரங்களில் குழந்தைகள் மீது பெற்றோர்கள் கோபப்பட வேண்டியிருக்கிறது. கோபம் என்பது அதைக்கொண்டு இருப்பவர்களுக்குத்தான் அதிக சேதத்தை விளைவிக்கும். குழந்தைகள் மீது கோபப்படும் பெற்றோர், தம் மீது,

அதாவது பெற்றோர் மீது தான் அதிக தீங்கை விளைவிக்கிறார்கள். இது குறிப்பிடத்தகுந்தது. கோபம் கண்களை மறைத்துவிடுகிறது.

டேனியல் காஹ்னிமேன் என்ற ஏற்கனவே அத்தியாயம் 2.3.ல் அறிமுகமான, அமெரிக்க உளவியலாளர் வேகமாக சிந்திப்பது (முதல் முறை) மெதுவாக சிந்திப்பது (இரண்டாம் முறை) என்று மக்கள் சிந்திப்பதில் இரண்டு வகைகளைச் சொல்கிறார். இவரைப்பற்றி ஏற்கனவே இனியாள் சொல்லியுள்ளார். இனியாள்... சில வேளைகளில் சொற்சிற்பி, இளங்கன்று குழுவினர் மீது கோபப்படுவது உண்டு. ஏற்கனவே சொல்லியது போல... கோபப்படுவதால் இனியாவிற்குத்தான் அதிக பாதிப்பு என்று தெரியும். அதற்காக புதுப்புது உளவியல் தத்துவங்கள் தெரியாத போதே ஐடியா செய்து கோபத்தையும் குறைத்து சொல்ல வேண்டியதையும் சொல்லி, பயனுள்ள பண்புள்ள வகையில் தகவல் தொடர்பு கொண்டு வாழ்வை அடுத்த கட்டத்திற்கு நகர்த்தினார்.

அது என்ன? என்று தெரிய வேண்டுமா. டேனியல் காஹ்னிமேன் சொல்லும் வகை 1 சிந்தனையில் வேகமாக முடிவெடுக்கும் உள்ளுணர்வு குறித்துப் பேசி இருப்பார். அமிக்டலா தானியங்கி முறையில் கோபத்தைக் கொட்ட வரும்பொழுது கண்ணிமைக்கும் பொழுதில் கோபம் வெளியாகிவிடுகின்றது. விபாஷனா மெடிட்டேஷன் முறையில் தன்னையே தான் கவனிக்க வேண்டும் என்று சொல்கிறார்கள் என்று யுவல் நோவா ஹராரி சொல்லி இருக்கிறார். தினந்தோறும் இருபது நிமிடம் தியானம் செய்வதாலோ... என்னமோ... கோபம் வருகிற பொழுது கோபம் வருகிறது என்பதை இனியாள் கண்டுபிடித்து விடுவார். உடனே அதற்கான சமாளிப்பு நடவடிக்கைகளில் ஈடுபட ஆரம்பிப்பார்.

அப்படி யோசித்தாலே... கோபம் அல்லது சந்தோஷம் வருகிறது என்று தெரிந்துவிட்டாலே... பிறகு... அதை எப்படி சமாளிப்பது என்பது எளிது...

இனியாள் கோபம் வந்தால் சொற்சிற்பியை கபில்தேவ் என்றும் இளங்கன்றை சச்சின் என்றும் அழைப்பேன்-என்று கூறினார். குழந்தைகள் சந்தோஷமாக ஒப்புக்கொண்டனர்...

1. உள்ளாடைகளை துவைக்காமல் வருவது மொத்தமாக பக்கெட்டில் (bucket) சேர்த்துவிடுவது
2. சாக்ஸ்களை இணை - பிரித்து இங்கொன்றும் அங்கொன்றுமாய் இடுவது.
3. துணிகளை கலைத்துப் போடுவது

4. காலணிகளுக்கு பாலிஷ் போடாமல் இருப்பது
5. தானாய் அதிகாலையில் எழாமல் இருப்பது
6. டி.வி அதிக நேரம் பார்ப்பது,

இதுபோன்ற தவறுகளை மாற்றும், அறிவுரைகளை திரும்பத் திரும்பச் சொல்ல நேர்கையில்...

கபில்தேவ்... ஏன் இப்படி செய்யறீங்க?

என்றால்... குபீர் என சிரிப்பு வந்துவிடும், சில வேளைகளில் எதற்காகக் கோபப்படுகிறோம்! என்று தெரிவதற்கு முன்பே அமிக்டெலா... வார்த்தைகளை அள்ளி வீசினாலும்... குரல்வளை வரை வந்தவுடன் அவற்றை சட்டென நிறுத்தி... கபில் தேவ்... அல்லது சச்சின்... உன்னுடைய பெயர் என்ன? என்று மாற்றி சொல்கிற பொழுது... அந்த 1/25 அல்லது 1/15 விநாடி நேரம் கடந்து விடுகிறது... பொறுமை வந்துவிடுகிறது. அதனால் மைக்ரோ எக்ஸ்பிரஷனாக கோபம் போய்... சாந்தம் வந்துவிடுகிறது.

4.8. இரண்டும் பாதியும்

சமீபத்தில் இளங்கன்று... தோசைக்கல்லில்... மாவை விட்டு தோசை சுட்டதை... மாபெரும் சாதனை! என்று ஓடிவந்து இனியாளிடம் காட்டி குதூகலித்தான்... எப்படி இருக்கு என்று பாருங்கள்? என்று கேட்டான்.

அதற்கு இனியாள் சொன்னார்...

தோசையை எல்லாம்... காட்டி... கேட்கக் கூடாது!

ஆமாம்மா... ஊட்டிக் கேட்கணும்! என்று ஒரு வில்லலை விண்டு ஊட்டி விட்டுச் சென்றான் இளங்கன்று...

அதாவது மகிழ்வான தருணங்களை... பகிர்ந்துகொள்ளும்பொழுது இரண்டாகிறது! கோபம் திசை திருப்பப்படும் பொழுது பாதி ஆகிறது!

இத்துடன் நாலாவது அத்தியாயம் முடிந்தது. நண்பர்களே இதில் வண்ணமயமான தேவதேவனில் தொடங்கி... தொல்காப்பியர் வரை சென்றோம். தோசை சுட்டோம். அடுத்த ஐந்தாவது அத்தியாயத்தில் அவசரத்தில் வாட்டர் பாட்டிலில் இருந்த ஃபார்மலினை... தெரியாமல் குடித்த ஒருவர் என்னவானார்... அவசர அவசரமாக சிலர் அமிக்டெலா... மூலம் மட்டும் ஏன் ஆட்டுவிக்கப்படுகின்றனர் என்றெல்லாம் பார்ப்போம்... வாருங்கள்...

5. குழந்தைகள் ஏன் பொய் சொல்கிறார்கள்?

5.1. ஃபார்மலின்

இன்னொரு எமோஷனல் இன்டெலிஜென்ஸ் டிப்ஸ் என்ன என்றால்... குழந்தைகளின் கலை, விளையாட்டு ஆர்வத்தை ஊக்குவிப்பது. அதன் மூலம்... அவர்களது மன ஆற்றல் சரியான திசையில் பயணிப்பதால்... தவறான புரிதலுக்கு வாய்ப்பில்லை...

எடுத்த பொருட்களை எடுத்த இடத்தில் திரும்ப வைக்கிற சின்னச் சாதனையைச் செய்தாலே! முறை 2 யோசனைக்குப் பழகி விடுவோம். அது என்ன முறை 2 என்றால் டேனியல் காஹ்னிமேன் சொல்லியிருக்கின்ற ஆற அமர யோசித்து முடிவெடுக்கிற பழக்கத்தைப் பற்றிப் படிக்கலாம். நாம் சில பேரைப் பார்த்து இருக்கலாம் படபடவென முடிவெடுப் பார்கள். பாதி சரியான முடிவுகளாக இருக்கும்.

இனியாளின் நண்பர் ஒருவர் கால்நடை மருத்துவக் கல்லூரியில் சடசடவென ஃபார்மலின் இருந்த குடிநீர் கேனை எடுத்து படபடவென குடித்து விட்டார். அவ்வளவுதான் உயிர் தப்பியதே பெரும்பாடாக போய்விட்டதாம். ஏன் அவ்வளவு அவசரமாக குடித்தார்? ஏன் குடிநீர் கேனில் ஃபார்மலின் வைக்கப்பட்டு இருந்தது? ஏன் அந்தக் கேனுக்குரிய நண்பர் அதைத் தடுக்க முடியவில்லை என்று ஆயிரம் கோணங்களில் இதே நிகழ்வு அலசப்பட வேண்டும்.

கிட்டத்தட்ட நாற்பது நாட்கள் அந்த நண்பர் திட உணவு எதுவும் உட்கொள்ள முடியவில்லை. அந்த நண்பரை சிங்கம் என்று அழைப் பார்கள். ஃபார்மலின், சிங்கத்தின் உணவுக் குழாய் மற்றும் இரைப்பை சுவர்களில் மூன்றாம் நிலை தீக்காயத்திற்குச் சமமான சேதத்தை உருவாக்கியிருந்தது. இருவேறு நண்பர்கள் இருவேறு கோணத்தில் அந்த சம்பவத்தைப் பற்றி நடந்து முடிந்து 25 ஆண்டுகள் கழித்துச் சொன்னார்கள். சட்டென்று ஒரு தண்ணீர்க் கேனை எடுத்துக் குடிப்பதில் கூட யோசிக்க வேண்டிய விஷயங்கள் இருக்குமோ? என்று எண்ணி, வியக்க வைக்கிறது இந்தச் சம்பவம்.

5.2. பேசாமல் பேசுவதைக் கேளுங்கள்:- பாருங்கள்

பால் எக்மேன் உடைய முகபாவனை குறித்துப் படிக்கின்ற சுவாரஸ்யத்தில் இனியாள் Lie to me - என்கிற தொலைக்காட்சித்

தொடரின் யூ ட்யூப் பதிவைப் பார்த்தார். நண்பர்களே நீங்களும் பார்க்கலாம். ஆங்கிலத்தில் epic opening scene of Lie to me என்று தட்டச்சு செய்தால்... 2019 ல் ஜூலையில் கணக்குப்படி கிட்டத்தட்ட ஒரு லட்சத்தி அறுபதினாயிரம் பேர்களில் ஒருவராக நாமும் அந்த மைக்ரோ எக்ஸ்பிரஷன் குறித்த பதிவைப் பார்க்க முடிகிறது. Fox Tv உடைய முன்னோடி (Pilot) படம் ஆகும். அந்தக் காட்சி... கீழே தரப்பட்டுள்ளது...

ஒரு குற்றம் சாட்டப்பட்டவர் எங்கோ ஒரு வெடிகுண்டை மறைத்து வைத்திருந்தார். FBI அதனை பலமணி நேரமாக விசாரித்தும் கண்டுபிடிக்க முடியாத அந்த விஷயத்தை கால் லைட்மேன் என்கிற இந்த அறிவியலறிஞர் கண்டுபிடித்துச் சொல்லப்போகின்றார். பல பேரின் உயிர் சம்பந்தப்பட்ட விஷயம். குண்டு வெடித்தால் அவ்வளவு தான்.

FBI அதிகாரிகள் ஆத்திர அவசரமாக கண்ணாடிக் கதவுக்கு வெளியே காத்திருக்கிறார்கள். குற்றம் சாட்டப்பட்டவர் கண்ணாடி அறைக்குள் கால் லைட்மேன் (cal Lightman) உடன் அமர்ந்திருக்கிறார். இவர் பால் எக்மேன் அவர்களின் திரை வடிவம்தான். உடன் ஒரு வழக்கறிஞரும் உட்கார்ந்திருக்கிறார். அவர் குற்றம் சாட்டப்பட்டவரை (குற்றவாளி அல்ல - கவனிக்கவும்) எதுவும் பேசாதீர்கள் என்று அறிவுரை வழங்கித் தான் அழைத்து வந்திருக்கிறார். குற்றம் சாட்டப்பட்டவரின் கழுத்து, குரல்வளை, தோள்பட்டை மீசை, உதடு, கண்ணம்... போன்றவற்றை நுணுக்கமாக கவனிக்கிறார்கள்

பால் எக்மேன்... மன்னிக்கவும் கால் லைட்மேன் அதைக்குறித்து விளக்கம் சொல்கிறார். ஒரே ஒரு வரி மட்டுமே குற்றம் சாட்டப்பட்டவர் பேச... கடைசியில் குற்றத்தை மட்டுமல்ல... ஒரு குண்டுவெடிப்பு நடக்க இருந்த இடத்தையே கால்... கண்டுபிடித்தாரா இல்லையா என்று நீங்களே பாருங்களேன். ஐந்து நிமிடத்திற்கும் குறைவாகத்தான் செலவாகும் அந்த காணொளிப்படத்தைக் காண. அதுக்கப்புறம் நம் எதிரில் உட்கார்ந்து பேசிக் கொண்டு இருப்பவர்கள் எவ்வளவு தூரம் உண்மை சொல்கிறார்கள் என்பதை எல்லாம் அவர்களது மைக்ரோ எக்ஸ்பிரசஷன்களைப் பார்த்தே சொல்லிவிட முடியும்.

வேள்பாரி புத்தகத்தில்.. ஒரு காட்சி வரும். அதில் மூவேந்தர் களுடன் பேசுவதற்காக தன் தரப்பில் இருந்து முதியவர் ஒருவரை அனுப்பி வைத்திருப்பார். இவர் முதியவர்தானே என்று அரசர்கள் சாதாரணமாக நினைக்க... அவரோ... பேச்சுவார்த்தைகளில் நிறைய மாயங்கள் செய்து அங்கே பிணைக்கைதியாக வைக்கப்பட்டிருந்த

நீலன் என்ற வீரனுக்கு அரிய மருந்துகள் தடவிய போர்வையையும் ஈந்து வருவார்.

அந்தக் காட்சிதான் கால் லைட்மேன் பேசும்பொழுதும் ஞாபகம் வந்தது. அலட்டிக்கொள்ளாமல் நடித்திருப்பார் நடிகர் Tim Roth. இனியாளும் இளங்கன்றும் ஒரு ஞாயிற்றுக் கிழமை பிற்பகலில் அந்த 4.03 நிமிட காணொளிக் காட்சியை இரண்டு முறை பார்த்தார்கள். அம்மா, நம் பேசிக்கொண்டிருக்கிற சச்சின் மேட்டரைக், (அத்தியாயம் 4.7) கூட புத்தகத்தில் எழுதிவிட்டீர்களா? என்று சந்தோசப்பட்டான் இளங்கன்று.

5.3. மொழி - ஒரு குதிரை:-

முன்பு பால் எக்மேன் எழுதி, பெங்குயின் பதிப்பகத்தார் வெளியிட்ட புத்தகம் எது? என்று கேட்டு இருந்தோமல்லவா... (அத்தியாயம் 4.6) அது Why Kids Lie என்பது ஆகும். குழந்தைகள் ஏன் பொய் சொல்கிறார்கள் என்று விலாவாரியாக ஆராய்ச்சி செய்து எழுதியிருப்பார்.

போட்டித் தேர்வுகளில் எப்படி வெற்றி பெறுவது என்று இனியாள் பள்ளி கல்லூரி பயிற்சி மையங்கள் ஆகிய இடங்களில் பேசுவது உண்டு. சமீபத்தில் ஜூன் மாதம் தர்மபுரியில் நடந்த நிகழ்ச்சி ஒன்றில் பேசும் பொழுது போட்டித் தேர்வு ஆர்வலர்கள் உடன் பேசிக்கொண்டு இருந்தார். நிறைய போட்டியாளர்களது கேள்விகள்... படிப்பை எப்படிப் படிப்பது என்பது குறித்துத்தான் இருந்தது?

என்ன படிப்பது?

என்று குறித்து அனைவருக்குமே ஐடியா இருந்தது...

தொடர்ந்து தேர்வில் தோல்விகள் ஒருவேளை வருமானால் அதை எவ்வாறு தாங்கித் தொடர்வது? என்ற ரீதியிலான கேள்விகள்தான்.

வாழ்க்கையே தேர்வில்தான் இருக்கிறது என்று நினைத்துவிடல் கூடாது...

வாழ்க்கையில்தான் தேர்வு ஒரு பாகமாக இருக்கிறது என்பதனை மீண்டும் மீண்டும் வலியுறுத்தி இருந்தோம்.

ஆங்கிலத்தை சிறப்பாக வெற்றி கொள்ள அச்சமாக உள்ளதே?

என்ன செய்யலாம் என்றொரு நண்பர் கேள்வி கேட்டார்...

ஆங்கிலமோ அல்லது எந்த ஒரு மொழியோ! குதிரையைப் போன்றது. மேலே உட்கார்ந்திருப்பவரை பார்த்தும் புற உலகைப் பார்த்தும் அது அச்சமுறும். அவ்வாறு அஞ்சுகையில் 'ரைடர்'தன் தொடைகளால் குதிரையை இறுக்கிப்பிடித்து தைரியம் ஊட்ட வேண்டும். அப்படி இன்றி, 'தொடை நடுங்கினால்' குதிரை துள்ளி கீழே வீழ்த்திவிடுகிறது. குதிரைக்கு... ரைடர் தான் நம்பிக்கை அளிக்க வேண்டும். அதற்கு, ரைடருக்குள் நம்பிக்கை இருக்க வேண்டும். அதுதானே தன்னம்பிக்கை!

குதிரையைப் போலத்தான் ஆங்கிலமும்... அதன் மீது தன்னம்பிக்கையை செலுத்தி... அழகாக ஓட்டிச்செல்ல வேண்டியதுதான். ஆங்கிலத் திரைப்படங்கள் பார்ப்பது உதவும். ஆங்கில மொழியின் இலக்கணத்தைப் படிக்கும்பொழுது முன்பு படித்ததை மீண்டும் படிப்பதோடு சேர்த்துப் பொருத்திப் பார்த்து கற்றுக்கொள்ள வேண்டியது தான்.

அச்சம் எவ்வாறு கார்டெக்ஸ் பகுதிக்குப் போகின்ற நரம்பு சிக்னல் களை அமிக்டெலா பகுதிக்கு அனுப்பி வைத்துவிடுகிறது என்று விளக்கமாக நாம்தான் படிக்க உள்ளோமே... வரவுள்ள உணர்வுசார் நுண்ணறிவுக் கட்டுரையில்.

5.4. கீ தொலைத்த க.க

சமீபத்தில் புதுதில்லியில் நான்கு வருடங்களாகத் தங்கி ஐ.ஏ.எஸ் தேர்வுக்காகப் படித்துக் கொண்டு இருக்கும் கனல் கண்ணனை சந்தித்தார் இனியாள். பெயர்தான்.. கனல் கண்ணன் என்று தரப்பட்டுள்ளது... பையன் சாந்தமாக இருந்தார். அவரை க.க என்று தலைப்பில் வைத்தோம்.

மூன்றாவது அட்டம்ப்ட்டில்.. எழுதிக் கொண்டே இருக்கும் பொழுது... தனக்கு நன்றாகத் தெரிந்த ஒரு கேள்விக்குத் தவறாக விடையளித்துவிட்டது தெரிய வந்ததும் பதறிப் போய்விட்டார் க.க.. அந்த கேள்விக்கு அடுத்துக் கொஞ்ச நேரம் கையும் ஓடவில்லை காலும் ஓடவில்லை அவருக்கு!

அட... பரவாயில்லை... எக்ஸாமில் ஏன் ஓடவேண்டும் என்று ஜோக்கடிக்கலாம். ஆனால், கனல் கண்ணனின் கண்களில் அனல் பறக்கிற மாதிரி இருந்ததாம்...

ஒரு வழியாக ஏதேதோ எண்ணக் குமுறல்களுக்குப் பிறகு மீதமிருந்த கேள்விகளுக்கு ஒரு வழியாக விடை எழுதிவிட்டு (OMR sheet என்பதால்) சாயம் பூசிவிட்டு வந்துவிட்டாராம்? அப்படி பூசிய சாயம் எல்லாம்... கொஞ்ச நாட்கள் கழித்து விடைகளைச் சரிபார்த்த பொழுது... வெளுத்து விட்டது. நிறைய கேள்விகள் தவறாகுமோ என்ற அச்சம் சேர்ந்து உள்ளதாம். கலவரமான மன நிலையில் இருந்ததால்... தான் எந்த பதிலை எழுதினோம் என்று கூட சில கேள்விகளைப் பொறுத்த வரையில் தெரியவில்லையாம்.

எமோஷனல் இன்டெலிஜென்ஸ் பிரச்சினை இது!

இத்தோடு நின்றுவிடவில்லை... இப்பொழுது IAS தேர்வுக்கான முதனிலைத் தேர்வு முடிவுகள் அறிவிக்கப்பட உள்ள சூழ்நிலை. இவர் பாஸ் பண்ணுவோம் என்கிற நம்பிக்கையை இழந்துவிட்டார். ஒரு கோச்சிங் சென்டர் வெளியிட்ட 'கீ' யைப் பார்த்து... தன் எதிர்காலக் கதவுகளைத் திறப்பதற்கான சாவியைத் தொலைத்தவர் போல பதட்டப் பட்டார்.

அந்தப் பதட்டத்திலிருந்து வெளியே வரவே தொடர்ந்து இரண்டு நாட்கள் ஆனதாம். ஒரு மாதிரியான மனநிலைக்குப் போய்விட்டாராம்...

நான்காவது அட்டம்ப்ட் அல்லவா?

இவருக்கு அடுத்து மீண்டும் படிக்கலாம் என்றுதான் விருப்பம்! அது சரி அடுத்தமுறை ஃபெயில் ஆனால்!

அட இந்த முறையே பாஸ் ஆனால்!

இந்தக் கேள்விகளை எல்லாம் இனியாள் அவரிடம் கேட்டார்...

உடன் வந்திருந்த கனல் கண்ணனின் அப்பா... செல்லப்பா...

செல்லமாய் வளர்த்த 'செல்லப்பா'

கனலை விட எமோஷனலாகத் தெரிந்தார்...

மேடம்... ரெண்டு பசங்க எனக்கு... எங்கப்பா.. ரெவின்யு டிபார்ட்மெண்ட் பையன் நிச்சயமாக அடிச்சுட்டு வருவான் மேடம் கலெக்டரா! படிக்கும் பொழுதே தீவிரமாக... ஒரு முன்மாதிரி அதிகாரியைப் பார்த்து மோட்டிவேட் ஆகிட்டான் மேடம். எனக்கு ஒண்ணும் பிரச்சனை இல்லை மேடம்... சொந்த ஊர் மதுரை... அங்கே உள்ள வீட்டை வாடகைக்கு விட்டு... வர்ற வாடகைப் பணத்தை 15000 ரூபாயையும் அவனுக்கே தந்து படிக்க வைக்கிறேன் மேடம்.. பார்த்து... இவனுக்கு ஐடியாக் கொடுங்க... என்கிறார்...

இவரிடமும் தேர்வில் தோல்வி அடைந்தால் என்ன செய்வது என்பதற்கான பதில் மட்டும் இல்லை! அது மட்டும் அல்லங்க... அந்தக் கேள்வியே இல்லை!

இந்த ஐந்தாவது அத்தியாயத்தில்... கீ... க.க வரை வந்துள்ளோம்... அவரது பிரச்சினை எதிர்காலத்தை நோக்கி... எமோஷனல் இன்டெலிஜென்ஸ் உடன் திட்டமிடுவது... எதிர்காலம் வைத்துள்ள அனுபவங்களை நிகழ்காலத்தை கலவரப்படுத்திக்கொள்ளாமல் கடந்து சென்று ஏற்றுக்கொள்வது. சரியான அனுபவங்களை நோக்கிய பாதைகளை தேர்ந்தெடுப்பது.

அது மட்டுமல்லாமல்... க.க உடைய உணர்வுகள் ஏன் ஏற்படு கின்றன, அதற்கு அவரது கார்டெக்ஸ், அமிக்டலா, ஹிப்போகாம்பஸ் போன்ற மூளைப்பாகங்கள் எப்படி பங்காற்றுகின்றன என்று தெரிந்து கொள்வது உதவியாக இருக்கலாம்...

அதற்கு ஏதுவாக ஆறாவது அத்தியாயத்தில்... ஏற்கனவே எழுதி 2016-ல் ஆண்டு புத்தகத்தில் (விகடன் இயர்புக் 2016) வெளியான சற்றே டெக்னிகலான... கட்டுரையை அப்படியே கொஞ்சம் மாற்றிக் கொடுத்துள்ளோம்... வாங்க படிப்போம்.

6. உணர்வுசார் நுண்ணறிவு

6.1.முன்னுரை:

செய்தித்தாள்களில் உணர்ச்சிகள் பொங்கி வழிகின்றது. வழக்குகளில் உணர்ச்சி வேகம் வெளிவருகின்றது. உறவுகளில் உணர்ச்சி தெறிக்கின்றது. அரசியலில் உணர்ச்சிகள் அங்கம் வகிக்கின்றது. "ஒரு நிமிடம், என்ன பண்றதுன்னே தெரியல, அப்படியே ஆடிப்போயிட்டேன்" நானே... நானா... நானே... தானா...? என்றெல்லாம் யாரோ நானா? என்று உணர்ச்சிமேலிட... நாம் செய்த செயல்களையே அடையாளம் கண்டுபிடிக்க முடியாமல் தடுமாறிடும் நிலையை நாம் பார்க்கின்றோம். பாலியல் வன்கொடுமைகள் மற்றும் உளவியல் பிரச்சினைகள் வளர்ச்சிக்கு முக்கியத்துவம் தரும் முன்னேறிவரும் சமுதாயத்தில் அதிகமாக பேசப்பட காண்கின்றோம். அறிவுசார் வளர்ச்சி விண்ணை எட்டுகையில் அறிவுப்பூர்வமான படிப்புகள் மட்டுமே வளமான, நலமான எதிர்காலத்திற்கு உத்திரவாதம் அளிக்குமா? என்றொரு கேள்வி எழுந்தால்? அதற்கு பதிலாக இக்கட்டுரை அமையும். திருவள்ளுவர், கூர்மையான அறிவுடையவர்களாக இருந்தாலும் மரம் போல்வர் மக்கட்பண்பு இல்லாதவர் என்று கூறியுள்ளார். இந்தக்குறளை முன்பு 2.1 அத்தியாயத்திலும் படித்தோம். அந்த மக்கட்பண்பு என்னவென்று சில பத்தாண்டுகளாக பகுத்து ஆராயப்பட்டு வருகின்றது. அறிவியல் பல நூற்றாண்டுகளாக படிக்கப்பட்டு வருகின்றது. உணர்வியல் படிப்பின் முக்கியத்துவம் இப்போது பரவலாக உணரப்படுகின்றது.

6.2. உணர்வுச் சிக்கல் கேள்விகள்:-

“என் பையன்... படிப்புல கெட்டிக்காரங்க... கம்ப்யூட்டரை கரைச்சுக் குடிச்சவன்... ஆனா வீட்டுக்கு வந்தவங்ககிட்ட ஒருநாலு நல்லவார்த்தை சொல்லமாட்டேங்கிறான்”... “என்பொண்ணு... அவ்ளோ அழகுங்க... அப்படி ஒருபடிப்பு... என்ன... சாப்பிட பிடிக்கமாட்டேங்குது... என்னதான் பிரச்சனையோ... இவளுக்கு...” என்று உளவியல் தொடர்பான கேள்விகள்...

அவரு சிடுமூஞ்சி...

இவரு ஜாலிடைப்...

அவர் கோபக்காரி...

அவங்க உர்ருன்னு இருப்பாங்க...

என்று ஒரு வார்த்தையில் வாழ்க்கை வடிவத்தை வர்ணித்துவிடும் பழக்கம். இவை குறித்தெல்லாம் உணர்வுசார் நுண்ணறிவு படிக்கின்றது. கற்றுத் தருகின்றது.

டீயில டிகாஷன் கம்மி, சர்க்கரை தூக்கல்... என்பது போல வார்த்தையை அளந்து பேச முடியுமா?...

கோபம் பத்து பர்செண்ட்டு, சந்தோஷம் இருவத்தெட்டு சதவீதம் என எழுத்தாளர் சுஜாதா அவர்கள் ஒரு கதையில்... கதை எழுதும் இயந்திரம், கதை தயாரித்து தருவதாக எழுதியிருப்பார். அதைப்போல நாம் நடந்து கொள்ளும் முறையை தீர்மானித்து விடமுடியுமா? அப்படி யானால் நிறங்களில் அடிப்படை நிறங்கள் நீலம், சிவப்பு, மஞ்சள் போல சுவையில் அறுசுவை போல உணர்வுகளில் நவரசம் என வடமொழியும், மெய்பாடுகள் எட்டு என தொல்காப்பியமும் சொல்வது தானா உணர்வுசார் நுண்ணறிவு?

என்று இக்கட்டுரை ஆராய்கின்றது.

6.3. சுயமுன்னேற்றம் - உணர்வுசார் நுண்ணறிவு இரண்டும் ஒன்றா:-

“நல்லாதாங்க இருந்தான்... என்ன காரணம்னே தெரியலை திடீர்னு இரயில் முன்னே பாஞ்சுட்டான்... அவனை மாதிரி திறமைசாலி இல்லைங்க... ஆனா அவனே இப்ப இல்லீங்க...” என்று தற்கொலைகள் சொல்லும் செய்தி என்ன... இந்த வரிகளை எழுதுகையில்... இந்தியன் எக்ஸ்பிரஸ் ஆங்கில பத்திரிக்கையில் 21.9.2010 தேதியிட்ட செய்தியில் இராஜமுருகன் என்னும் 33 வயதே ஆன இளம் ஐ.ஏ.எஸ். அதிகாரி, கோவாவில் மரம் ஒன்றில் தூக்கிட்டுக் கொண்டதாக ஒரு செய்தி இன்றும் இணையத்தில் பதிவாகி தெரிகின்றது ஞாபகம் வருகிறது.

சோகமான சம்பவம்...

இந்த கட்டுரையாசிரியர், பலவருடங்களாக பக்கத்திலிருந்து பார்த்து, படித்து, உடன் விளையாடி... புரிந்து கொண்டதாக நினைத்த அந்த அதிகாரியின் நினைவு வருவதை தவிர்க்க முடியவில்லை.

ஆக, உணர்ச்சிகள் ஆராய்ச்சி செய்து படிக்கப்பட வேண்டியவையே. அறிவியல் பூர்வமாக அணுகப்பட வேண்டியவையே. இந்தியாவில், தமிழகத்தில் மனதை வளமாக்குவது குறித்த இலக்கியங்கள் ஏராளம்.

தன்னை வென்றவன் தரணியை வெல்வான். தீதும் நன்றும் பிறர் தர வாரா என்று தத்துவங்கள் குறைவில்லை.

ஆங்கிலம் பேசும் உலகம் அவை குறித்து என்ன சொல்கின்றது என்று பார்த்தால்... தேர்வில் எழுத உதவும், சிலர் அதிகம் நம்பக் கூடும், சிலர் நம்புவது மீண்டும் உறுதிப்படுத்தப்படும்.

முகபாவனைகள் குறித்த அடிப்படை ஆய்வில் திரு. பால் எக்மென் எனும் அமெரிக்க உளவியலாளர் முகவடிவங்களை வைத்து உணர்வு களை சித்தரிக்கும் ஆராய்ச்சியில் தலைசிறந்த பங்களிப்பை அறிவியல் உலகத்திற்கு அளித்துள்ளார். இவரது பெயரையே தலைப்பாக வைத்துத்தான் ஒரு அத்தியாயத்தையே நாம் 4 ஆவது அத்தியாயமாக எழுதினோம். டேனியல் கோல்மென் என்னும் எழுத்தாளர் உணர்வுசார் நுண்ணறிவு என்கின்ற புத்தகத்தை எழுதியுள்ளார். இவரைப்பற்றி முதல் அத்தியாயத்தில் பார்த்தோம். இவருடைய புத்தகம் தான், ஐ.ஏ.எஸ். அதிகாரிகளுக்கான புத்தககடையில் அதிகம் விற்பனையான புத்தகம் 2003 லேயே அவ்வளவு முக்கியம்.

இப்போது, மத்திய அரசுபணியாளர் தேர்வாணையம், ஐ.ஏ.எஸ். தேர்விலேயே பாடத்திட்டமாக முதன்மைத் தேர்வில் பொது அறிவின் நான்காவது தாளாகவே இதை வைத்து உள்ளது. இருநூற்றி ஐம்பது மதிப்பெண்கள். சுயமுன்னேற்றத்திற்கு தேவையான தத்துவமும், உளவியலும், உணர்வுசார்நுண்ணறிவும் அந்த பாடத்திட்டத்தில் உள்ளன. எனவே ...உணர்வுசார் நுண்ணறிவை சுயமுன்னேற்றத்தின் ஓர் அங்கம் என கொள்ளலாம்.

6.4. உடற்கூறியலும் உணர்வுசார் கட்டமைப்பும்...

கோபக்காரர்களின் மூளைக்கும்... சாந்தமானவர்களின் மூளைக்கும்... அடிப்படை வித்தியாசம் ஏதாவது இருக்கிறதா? குணங்கள் பிறப்பிலேயே... பேக்கேஜிங் செய்து அனுப்பப்பட்டுவிட்டனவா? என்கின்ற கேள்வி களுக்கு அறிவியலறிஞர் ஜோசப்லீடாக்ஸ் என்பவரது கண்டுபிடிப்பு ஆச்சரியமான பதில் அளித்துள்ளது.

மூளையின் அமிக்டலா என்னும் லிம்பிக் சிஸ்டத்தின் மேலான ஒரு சிறிய வட்டமான பாகம் உணர்வு மூளை என்று சொல்லப்படலாம். கண்களில் படும் காட்சி மூளைக்கு தலாமஸ் வழியாக சென்று அங்கிருந்து நியோகார்டெக்ஸ் பகுதிக்கு சென்று அறிவுபூர்வமான பதில் செயல் தோற்றுவிக்கப்படுகின்றது. ஒருவேளை உணர்வுபூர்வமான பதில் தரவேண்டும் என்றால் கார்டெக்ஸில் இருந்து அமிக்டலாவிற்கு தகவல் செல்கிறது. அதன்பிறகு பதிலில் உணர்ச்சிகள் சேர்க்கப்படு கின்றது.

நடிகர்கள் இதில் தேர்ந்தவர்கள். அவர்களது நியோகார்டெக்ஸ் அமிக்டெலா மேல் நல்ல செல்வாக்கு கொண்டுள்ளது எனலாம். ஆனால் சில நரம்பிழைகள் தலாமஸில் இருந்து அமிக்டலாவிற்கு நேரடியாக செல்வதை லீடாக்ஸ் கண்டுபிடித்தார். அதனால் உணர்ச்சி மேலிடும் பொழுது அறிவு வேலை செய்யாமல் போய்விடும் பொழுது இந்த நரம்புப்பாதை பயன்படுத்தப்படுவதை தெரிந்துகொண்டார்.

"எனக்கு வந்த ஆத்திரத்தில் அப்படியே... அவனை"

என்று வரும் டயலாக்குகளுக்கு அர்த்தம் இப்படி புரிகின்றது. நியோகார்டெக்ஸ் என்னும் பரிணாம வளர்ச்சியால் சேர்க்கப்பட்ட பெரிய பரப்பினை சிந்திக்கும் அறிவு மூளை என்று கூறலாம். அறிவு மூளைக்கு கண்ணில் பார்க்கும் செய்திபோகும் முன்பே அதிகப் பிரசிங்கியாய் உணர்வு மூளை சிலசமயம் உத்திரவு போட்டுவிடுகின்றது. நல்ல பாட்டுக்கு கட்டுப்பாடான அரங்கில் கூட விசில் பறக்கவிட்டு விட்டு, திருத்திருவென அசடுவழிவதிலிருந்து கதவைத் திறந்து கத்தியோடு வழக்கமாய் வரும் பால்காரன் மேல் பாய்வது வரை இதற்கு எடுத்துக்காட்டுக்கள் பலவாகும்.

இனப்பெருக்கம், உணவூட்டம், சுவாசம் இவற்றையெல்லாம் அடிப்படை லிம்பிக் சிஸ்டம் பார்த்துக் கொள்ள அமிக்டலா பிடித்தது பிடிக்காதது என லிஸ்ட் போட்டுக் கொள்ளும். இவ்வாறு தான் சின்னதாக இருந்தது பறவை மூளை வரை. பாலூட்டிகள் பரம்பரையாக தோன்றிய பொழுது... மூளை பெரிதாகி அறிவு ஜீவியான மனிதனின் மூளையுள் கார்டெக்ஸ் எல்லாம் பரிணாமத்தில் பிரம்மனின் பின் இணைப்பு என்று லிடாக்ஸ் சொல்லிவிட்டார். அதனால் சிந்திக்கும் மூளையை பயன்படுத்த வேண்டி உள்ள ஒரே விநாடியில் ஆயிரம்பங்கு நேரத்திற்கு முன்பு அமிக்டலாவின் ஆதிக்கத்தில்... ஐம்பது கிலோ தாஜ்மஹால்களை பார்த்து... சில பேர் வழிந்து விடுகின்றார்கள்.

6.5. உணர்வு மூளைகள் இரண்டு:

அமிக்டலா குறித்து முன்பே கண்டோம். ஹிப்போ-கேம்பஸ் என்னும் மற்றொரு சிறிய பகுதியும் உணர்வு மூளையில் ஒரு அங்கம் வகிக்கின்றது. ஹிப்போகேம்பஸ் தான் உணர்வை தூண்டும் பொருட் களின் புள்ளி விவரங்களை தருகின்றது. உதாரணமாக தமன்னா என்கின்ற நடிகையின் அடையாளம் ஹிப்போகேம்பஸ் மூலமாக தெரியவரும். நிறம், உயரம், உருவம் போன்ற புள்ளி விவரங்கள் அதில் பதிவாகி யிருக்கும். ஆனால் அவர் பாகுபலி படத்தில் வருகிறாரா? பக்கத்து வீட்டிலிருந்து வருகிறாரா என்பதற்கேற்ப மாற்று உணர்வை அமிக்டலா தீர்மானிக்கும்.

இராபர்ட் ஏடர் என்பவரது அடுத்த கண்டுபிடிப்பு மனசுக்கும் மருந்துக்கும் தொடர்பிருக்கிறது என்கின்ற மஹா உண்மையை புட்டு வைத்திருக்கின்றது. அமெரிக்காவின் முன்னணி பெண்மையியல் துறை லெப்ரோஸ்கோபிக் அறுவைச் சிகிச்சை நிபுணர், ஸ்டான் போஃர்டு பல்கலைக்கழகம், டாக்டர். காம்ரன் நேஸ்ஹட் (Dr. Camran Nezhat), தனது பேஷன்ட் பயமாயிருக்கின்றது என்று சொன்னால் ஆபரேஷனையே கேன்சல் செய்துவிடுவாராம். இவர் ஒரு ஃபிலிங் டாக்டராக இருக்கின்றார். பல நோயாளிகள் தங்களது டாக்டர்களிடத்தில் கேட்க நினைத்த கேள்விகளை பாத்ரூம் போக முடியாத அவஸ்தையைவிட கொடுமையாக அடக்கிக்கொண்டு, உணர்ச்சி பிரச்சனைகளால் அமெரிக்காவில் கஷ்டப்படுவதாக புள்ளிவிவரங்களை போட்டு உடைத்திருக்கிறார் டேனியல் கோல்மேன்.

உணவே மருந்து, மனமே குணப்படுத்திவிடும் என்று சொல்கின்ற குழுவினர் அளவுக்கு விளிம்பு நிலைக்கு போகாவிட்டாலும் இதயப் பூர்வமான அணுகுமுறை அவசியம் என்று டேனியல் கோல்மென் கூறியிருக்கின்றார்.

6.6. அலுவலகத்தில் உணர்ச்சிகள்:

முட்டாள்தனமாக... செய்யாதீர்கள் என்று யாரையேனும் திட்டிவிட்டால் பணி முன்னேற்றம் வந்துவிடுமா? என்று நமக்கே தெரிந்தாலும்... வராது என்கின்ற பதிலை சொல்லிவிட்டு ஆராய்ச்சி யாளர் ஹேர்ரி லெவின்ஸன் (உளவியல் பகுப்பாய்வளராக இருந்து நிறும ஆலோசகரானவர்) (Psycho analyst turned corporate consultant) அவர்கள் சொல்கின்ற கலை நயமான விமர்சன முறையைப் பற்றி உணர்வு நுண்ணறிவு பேசுகின்றது. மொட்டையாக... மட்டந்தட்டாமல்... என்ன காரணத்தால் தவறு நிகழ்ந்துள்ளது... எது குறிப்பாக தவறு என்று சொல்லி தர வேண்டுமாம். அதை விட்டு விட்டு

("உன் பரம்பரையே இப்படித்தானா? என்று வம்பிழுக்க கூடாதாம்")

எப்படி அதை சரி செய்வது?,

என்ன மாதிரி எதிர்பார்க்கின்றோம் என்பது தான் சொல்லப்பட வேண்டும் என்கிறார் இவர்.

6.7. உணர்ச்சிப் பயிற்சி

முடிந்தால் தவறை திருத்தும் பணியை தாமே தொடங்கி வைப்பதும் இன்னும் ஷேமம். பீட்டர் டிரக்கர் என்னும் மேனேஜ்மென்ட் குரு இருபத்தி ஒன்றாம் நூற்றாண்டு ஓர் அறிவு நூற்றாண்டு. பணிபுரிபவர்கள் எல்லாம் அறிவுப் பணியாளர்கள் என்கிறார். அத்தகைய வளர்ச்சி

வேகத்தில் புரிந்து கொள்ள முடியாதவர்கள் அனுபவிப்பதை எதிர்கால அதிர்ச்சி என்றார் ஆல்வின் டாஃப்ளர். இத்தகைய அறிவுப் பணிபுரிபவர்கள் எல்லாருமே ஒரு குழுபணியாளர்கள் தான். பணி எல்லாமே ஒரு நியூரோசர்ஜன் உடையது போல மிகவும் தனித்தன்மை அதாவது ஸ்பெஷலைஸ் ஆன பணியினை தனியாளாக செய்துவிட முடியாது.

ஆளில்லாத ஊரில், சிக்கி முக்கிக் கல்லில் இருந்து மறுபடி ஆரம்பிங்க என்று சொன்னால் என்ன ஆகும் என்று யோசித்துப் பாருங்க. அதை (யோசிக்க) முடியாதவங்க, கேஸ்ட் அவே (Cast - Away) திரைப்படம் பார்க்கலாம். அப்படி வளர்ந்து விட்ட இந்த காலகட்டத்தில் உணர்ச்சி களை மட்டும் பயிற்சியில்லாமல், பாடம் இல்லாமல் விட்டுவிடுவார்களா? ஆரம்பித்துவிட்டார்கள்.

6.8. அடுத்த பட்டியல்

உணர்ச்சிகளைப் பட்டியலிடுவதைப்பற்றி நாம் ஏற்கனவே தொல்காப்பியர் கால புள்ளி விவரத்திலிருந்து முன்பே வந்த அத்தியாயம் 4.2-ல் பார்த்தோம். பால் எக்மேனின் இன்னொரு வகைப்பாடு பற்றியும் மற்ற பிற உணர்வுகள் பட்டியல் பற்றியும் இங்கே பார்க்கலாம்.

பால் எக்மேன் சந்தோஷம், சோகம், கோபம், பயம் என்கின்ற நான்கு உணர்ச்சிகள்தான் அடிப்படை என்று கண்டுபிடித்தார். பெருமிதம், பொறாமை, கருணை, காதல், பாசம், நட்பு என்று உணர்வுகளின் பட்டியல் நீண்டு போனாலும் அவை மேற்கண்ட நான்கு வகைகளுக்குள் ஏதாவது ஒரு சாயலில் அடங்கி விடக்கூடும். இதைக் கொஞ்சம் விரித்து 1.கோபம், 2.சோகம், 3.பயம், 4.மகிழ்ச்சி, 5.அன்பு, 6.ஆச்சரியம் அல்லது வியப்பு, 7.வெறுப்பு, 8.வெட்கம் என்கின்ற எட்டு குண குடும்பங்களாக டேனியல் கோல்மேன் எழுதி இருக்கின்றார். அந்த ஒவ்வொரு குண குடும்பத்திலும் அவமானம், குரோதம், பக்தி, விசுவாசம், காதல், பயங்கரம், துயரம், கழிவிரக்கம், கொண்டாட்டம், குழப்பம், குதூகலம், உற்சாகம் என்கிற வகையிலே ஆராய்ச்சி செய்து ஒரே உணர்ச்சி மழை பொழிகின்றது இவரது புத்தகத்திலே.

6.9. உணர்ச்சி வரையரை

உணர்ச்சி என்பதை ஆக்ஸ்ஃபோர்டு அகராதி எப்படி எமோஷன் என்கிற வார்த்தை மூலம் வரையறுக்கின்றது என்று பார்த்தால் மனநிலையில் ஏற்படும் எல்லாவிதமான பாதிப்புக்கள், மாற்றங்கள், ஏற்றத்தாழ்வுகள், ஆர்வமிகுதி, எழுச்சியடைவு மற்றும் தீர்மானமான முடிவு ஆகியவை உணர்ச்சி எனப்படுகிறது என்று முடித்துவிட்டனர்.

ஆனால் டேனியல் கோல்மேன் அதற்கு மேல் ஒருபடி சென்று உணர்ச்சி என்பது தனிப்பட்ட நினைவுகள், அதனால் உளவியலாகவும் உயிரியலாகவும் மனதிலும் உடம்பிலும் ஏற்படும் மாற்றங்கள் என்று தொடர்ந்து விவரிக்கிறார். அத்தோடு நில்லாமல் இயல்பாகவே ஒவ்வொருவரும் மனநிலை வேறுபாட்டால் எந்த செயலில் ஈடுபடுவார்களோ அந்த ஈடுபாட்டையும் உணர்ச்சி என்னும் வரையரைக்குள் கொண்டு வந்துவிடுகின்றார்.

இத்தகைய வரையரையை படித்தாலே உணர்ச்சி என்கின்ற சமாச்சாரத்தை பிரித்து மேய்ந்து விடப் போகின்றார் என்று தெரிந்து விடுகின்றது.

6.10. உணர்வுகளை பண்படுத்துதல்

திருமண உறவுகள், ஆசிரியர் மாணவன் இடையிலான மரியாதை, மற்றும் (பல இரண்டு மனிதர்களுக்கிடையேயான எல்லா வகையான தகவல் தொடர்புகளிலும் உணர்ச்சி இழையோடுகின்றது. உணர்ச்சி என்பதே ஒரு பாஷை என்று எடுத்துக்கொள்ளலாம். உடல்மொழி, மொழியில் உள்ள அழுத்தம், கலாச்சார அம்சம் போன்றவை பொருளை தீர்மானிக்கின்றன.

தன்னைப் புரிந்து கொள்ளவும் பயிற்சி கொடுக்கப்படலாம். உதாரணமாக, புலீமியா நெர்வோஸா எனும் வியாதியில் நோயாளி அதிகம் சாப்பிட்டுவிட்டு வாந்தி எடுப்பாராம். இந்த வியாதியைப்பற்றி மீண்டும் கேள்வி கேட்க.. *14.3* என்கிற அத்தியாயத்தில் இனியாள் காத்திருக்கிறார். இதுவெல்லாம் ஒரு வியாதியா? என்றே!! கண்டுபிடிக்க, நாளாகி விடும். உணர்வை பண்படுத்தும் மனப்பயிற்சிகளை பள்ளிக் கூடங்களில் கற்றுத்தர வேண்டும் என்று மன்றாடுகிறார் டேனியல் கோல்மேன்.

6.11. நேர்மறை எதிர்பார்ப்பு:

நாம் அனுப்பும் குறுந்தகவலுக்கு,

நண்பர் ஒருவரிடமிருந்து பதில் வரவில்லை என்றால் அவருக்கு நம் மீது கோபமோ? என்ற நினைப்பு முதலில் வருவது இயல்பானது. இது அமிக்டலாவின் கைங்கர்யம். ஆனால் நியோகார்டெக்ஸ் சொல்லும்; அவர் ஒருவேளை விமானத்தில் சென்று கொண்டு இருக்கலாம். இறங்கிய பிறகு பதில் தருவார் என்று. இத்தகைய நேர்மறை சிந்தனை பயிற்சிகளை குழந்தைப் பருவத்திலிருந்தே நம்பிக்கையோடு வளர்ப்பதன் மூலம் வரவழைக்க இயலுமாம். பிரார்த்தனை இன்னொரு வழியாம். பன்னெடுங்காலமாக தமிழ்பண்பாட்டில் காணப்படும் விஷயம் தானே என்று தோன்றுகின்றது.

“பெரியவர்கள் என்பவர்கள் வளர்ந்த குழந்தைகள்”, -டேல் கார்னெகி தனது, ‘நட்பை பெறுவதற்கும், நம்மை விரும்பச் செய்வதற்கும் ஆனவழிகள்’ என்னும் தமது பிரபலமான புத்தகத்தில் இதைக் கூறி உள்ளார். எனவே, உணர்வு பயிற்சியை மேற்கொள்ள வயது வந்தோரும் தகுதியடைவர். நார்மென் வின்செண்ட் ஃபீல் தனது, ‘நேர்மறை சிந்தனையின் சக்தி’, என்ற புத்தகத்தில் உணர்ச்சி விளைவுகளை நற்திசையில் செலுத்த உத்திகளை அள்ளித் தெளித்து இருப்பார். சமயம் சார்ந்த புத்தகமாய் தோன்றிடினும் அதில் உணர்வுசார் நுண்ணறிவு உயர வாய்ப்பிருப்பதைக் காணலாம்.

6.12. உணர்வுசார் ஈவு EQ:-

அறிவுஈவு எண் (அறிவுசமன்பாட்டு IQ) என்பது மிக பிரபலமானது. அதைப் போலவே உணர்வுசார் ஈவு எண் EQ (Emotional Quotient) என்பது தற்காலத்தில் பிரபலமாகி வருகின்றது. “உங்களது உயிர் நண்பன் ஒருவன் நீங்கள் உயர் அதிகாரி ஆனபிறகு நேரில் சந்தித்து ஒரு நேர்முகத் தேர்வில் தன் மகனுக்கு பணி வேண்டும் அதற்காக சிபாரிசு செய்யுங்கள், என்று கேட்டால் என்ன செய்வீர்கள்?” என்பது போன்ற உணர்வுபூர்வமான கேள்விகள் இந்திய ஆட்சிப் பணித்தேர்வில் கேட்கப்பட்டு வருகின்றன. இதற்கு ஈ.க்யூ அதிகமாக இருப்பவர்கள் நன்றாக பதில் எழுதலாம். டேனியல் கோல்மேனை படித்தாலும் பலன் இருக்கும்.

திரும்பத் திரும்ப சொல்ல வேண்டியது திருவள்ளுவர் அன்றே சொன்னதுதான். பொறையுடைமை என்று ஒரு அதிகாரம் வைத்தார். கோபம், செரடோனின், அட்ரீனலின் என்று வேதிப்பொருள்களிலும், நாளமில்லா சுரப்பிகளின் தூண்டுதலினாலும் எப்படி உணர்வுப்பிழம்பை உருவாக்குகிறது, நம்பிக்கை, எப்படி இதயத்திற்கு இதமளிக்கிறது என்றெல்லாம் அறிவியல் உலகம் இன்று கண்டுபிடித்து அடுக்கிக் கொண்டு செல்கின்றது.

தியானம், ஒழுக்கம், சாந்தம், அமைதி, பொறுமை,

எளிமை, நிதானம், பலனுக்காக பதட்டம் இல்லாமை

சுயகட்டுப்பாடு, தன்னம்பிக்கை

போன்ற நற்குணங்களை வளர்க்க விருப்பம்

இருந்தால் ஈக்யூ-வை வளர்த்துக் கொள்ளலாம்.

உழைப்பின் வாரா உறுதிகள் உளவோ?

6.13. குழப்பாத உணர்வான பதில் தேவை

கீழ்க்கண்ட நிகழ்ச்சி திரு. ப. எஸ். இராகவன், இ.ஆ.ப. (ஒய்வு) அவர்கள் எழுதிய 'நேரு முதல் நேற்று வரை' என்னும் புத்தகத்தில் இருந்து எடுக்கப்பட்டு மேற்கோள் காட்டப்படுகின்றது.

திரு. குல்சாரிலால் நந்தா அவர்கள் வயது முதிர்ந்த நிலையில் பிரதம அமைச்சராக கடமை ஆற்றி வருகின்றார். ஒரு அவசரமான சமயம், "என்ன, அந்த ஃபேக்ஸ், போய்விட்டதா?" என்று கேட்கிறார். திரு இராகவன்சார், போய்விட்டது என்று உடனே உறுதி அளிக்கிறார். உடன் இருந்த இன்னொரு இளம் அதிகாரி என்ன? ஃபேக்ஸ் என்று விவரம் கேட்கையில், இந்த அவசர சூழ்நிலைக்கு அவ்வளவு புள்ளி விவரம் முக்கியம் இல்லை. நமது மனசாட்சிக்காக ஒரு ஃபேக்ஸ் அனுப்பி விடுங்கள் என்று பதில் அளிக்கின்றார்.

இது போன்ற அவகாசம் குறைவாக உள்ள பதட்டமான பணி சூழலில் சமயோசிதமான உணர்வுபூர்வமான முடிவுகள் மிகவும் நற்பலன் அளிக்கக் கூடியவை.

முன்பு அத்தியாயம் 6.12 ல் கேட்ட கேள்விக்கு இங்கே பதில் கூறுவோம்... இ.ஆ.ப. தேர்வு கேள்விக்கு, நண்பர் நெருங்கியவராக இருந்தாலும், மஹாபாரத அர்ஜுனன் தனது ஆசிரியர் துரோணரையே தான் கொண்ட கொள்கைக்காகவும் தன் பணி நேர்மைக்காகவும் எதிர்த்தது போல, முறைப்படி தான் பணி அளித்திருக்க வேண்டும். நண்பர் என்பதற்காக பணி அளித்துவிட இயலாது. அதனை மிகவும் பண்பான, பணிவான, அன்பான, கனிவான வகையினில் அவருக்கு தெரிவிப்பது நன்று. அத்தோடு நில்லாமல் நட்பின் வாரிசுக்கு திறமைக்கு தகுந்த பணி தேடிக் கொடுக்க வாய்ப்பு இருந்தால் செய்யலாம். சுய வேலைவாய்ப்பிற்கு உதவி கூட செய்யலாம். அதுமட்டுமின்றி நண்பரின்

மகன் தனது திறமை அடிப்படையில் சிபாரிசு கேட்ட பணிக்கே தேர்ந் தெடுக்கப்படவும் கூடும்.

6.14. தேர்வு மற்றும் விளையாட்டில் உணர்வு நுண்ணறிவு:

வெற்றி பெறலாம் என்ற ஊக்கம் வெறியாக மாறிவிடுவதற்கு ஒரு அமிக்டலா சமிஞ்ஞை தான் வித்தியாசமாக இருக்கின்றது. டேபிள் டென்னிஸ் உலக அரங்கில் பிரபல வீரர் அமல்ராஜ் வென்றவுடன் ஒரு முறை டேபிள் மீது குதித்து ஏறிவிட்டார். கிரிக்கெட்டில் நிச்சயமாக அடித்து விடுவோம் என்று நினைத்து முன்னால் செல்லும் போது தான் திறமைமிகு மட்டையாளர்கள்/"ஸ்ட்டம்பிட் முறையில் ஒரு கண்ணிமைக்கும் நேரத்தில் பந்தை நழுவவிட்டு, விக்கெட்டை இழக்கின்றனர். உணர்ச்சிவசப்படாமல் இருப்பதற்கு பயிற்சி எடுத்தால் மட்டுமே இந்த பிழைகளை திருத்த இயலும்.

6.15. பயிற்சி

தேர்வு தொடங்கும் முன்பு ஐந்து நிமிடங்கள் முன்னதாக பரிட்சை ஹாலுக்குள் தேவையான உபகரணங்களுடன் சென்று விடுவது, கண்களை மூடி மூச்சை ஆழமாக இழுத்து உள்ளே இருத்தி மெதுவாக வெளிவிடுவது போன்ற செயல்கள் பதட்டத்தை குறைக்க உதவும். பரிட்சை எழுதும் போது நல்ல மனநிலையில் இருப்பது ஒரு ஸ்பூன் அளவானாலும் அது பல மணி நேர கடினமான படிப்புக்கு சமம் என "எப்படி படிப்பது" என்னும் புத்தகத்தில் கல்வியாளர் ஹேர்ரி மெடாக்ஸ் கூறி உள்ளார். இலக்கியங்களான கம்ப இராமாயணம், திருக்குறள், சிலப்பதிகாரம் தொடங்கி தற்கால திரைப்படங்கள் வரை உணர்வு நுண்ணறிவுக்கு ஏராள எடுத்துக்காட்டுகள் குறியீடாக பல இடங்களில் பதிவு பெற்றுள்ளன. ஏனெனில் இவை அறிவியலில் பதிவு செய்யப்பட்டு உள்ளன. விதிமுறைகளுக்கும் உட்படுகின்றன.

எதாவது ஒரு மனம் சார்ந்த அதிர்ச்சிக்குப் பிறகு சம்பந்தப்பட்டவர் களின் மனநிலை முன்பு போல் இருப்பதில்லை. சூடுபட்ட பூனை என்று சொல்வார்கள். இதற்கு ஒரு எடுத்துக்காட்டு பார்க்கலாம்.

6.16. PTSD Post Traumatic Stress Disorder:

பாதிப்புக்கு பின் தோன்றும் அயற்சி குறைபாடு... மதுரையில் நண்பர், இராஜாகண்ணு... வாக்கிங் போகும் பொழுது ஒரு இரண்டு சக்கர வாகனத்துக்காரர்... காய்கறி வாங்கி வருகையில்... நேராக மோதி... கீழே விழுந்து... காலில் எலும்பு முறிவு... இரும்பு கம்பி வைத்து ஆபரேஷன் என்று படு சீரியஸாகி... அவரது மனைவி...

“இனிமே நீங்க வெளியே வாக்கிங் போகவே வேண்டாம்... வீட்டில் ட்ரெட்மில் வாங்கிக்கோங்க... நீங்க போய்ட்டுவர்ற வரை மனசு பக்கு... பக்குன்னே இருக்கு” என்கின்றார்

இதைப்போன்று, எங்கே... முதல் விபத்துப் போலவே... மீண்டும்... ஏற்பட்டுவிடுமோ அல்லது ஒருமுறை ஏற்பட்ட மாதிரியே நிகழ்வுகள் மீண்டும் ஏற்பட்டு விடுமோ என்பது போன்ற கவலைகளை பாதிப்புக்குப் பின்பு ஏற்படும் அயற்சி என்கின்றனர். தேர்வில் ஒரு முறை தோல்வி அடைந்தவர்கள் அதை தாண்டியும் தன்னைச் செப்பனிட்டுக் கொள்ள வேண்டி உள்ளது. இதற்கும் உணர்வுசார் நுண்ணறிவு உதவி புரியும்.

6.17. உணர்வுசார் பயிற்சிகள்:-

தத்துவஞானி அரிஸ்டாடில் சொல்லி இருக்கின்றார். கோபப்படுவது மிகவும் எளிது. ஆனால் யாரிடம், எப்போது, எதற்காக, எவ்வளவு கோபப்படுவது என்று. அளந்தறிந்து அதன்படி கோபப்படுவதுதான் மிகவும் கடினம் என்று. முற்றிலும் உண்மைதான். எனவே இவ்வளவு ஆராய்ந்தால், கோபம், கார்ட்டெக்ஸ், உபயத்தில் காணாமல் போய்விடும்.

நமக்கு கோபம் வந்து கொண்டிருக்கின்றது என்று கண்டுபிடிக்க முடிகிறது என்றால்... நமக்கு உணர்வுசார் நுண்ணறிவு உயர்ந்துள்ளது எனலாம். அதன் பின்னர் நீர் குடிப்பது, பேசுபொருள், நபர், இடம் முதலியவற்றை மாற்றுவது என கோபம் தவிர்க்கும் பல வழிகள் குறித்து புத்தகங்கள் பேசுகின்றன.

பள்ளிப்பருவத்தில் கற்றுத்தர வேண்டிய விஷயங்கள் எனப் பட்டியல்கள் மிரட்டும் வேகத்தில் உயர்ந்து கொண்டு உள்ளன. ஒரு பள்ளிக்கூடம் திறக்கப்படும் பொழுது பல சிறைச்சாலைகள் மூடப்படுகின்றன என்னும் பொன்மொழி நிஜமே. எனவே, உணர்வுசார் நுண்ணறிவு குறித்த விழிப்புணர்வைப் பரப்புவதன் மூலம் நன்மை விளைய நம் பங்கை ஆற்றுவோம்.

6.18. பூலோக சொர்க்கம்

புதிதாக திருமணமானவர்கள் தனித்தனியாக தங்கமானவர்கள் என்று பெயர் வாங்கியிருந்தாலும் சேர்ந்து வாழ்ந்து ஜொலிக்க வேண்டும் என்றால் உணர்வுபூர்வமாக எப்படி பழகலாம் என்று பயிற்சி தருகிறார் டேனியல் கோல்மேன். மனசை மைக்ரோஸ்கோப்பில் பரிசீலனை பண்ணுவது போல ஜான்காட்மேன் என்னும் உளவியலாளர் கல்யாண ஜோடிகளுக்கான உணர்வு நுண்ணோக்கி தயாரித்திருப்பதாக புத்தகம் சொல்கின்றது. முறிந்த திருமணங்கள் முடிந்தவரை தவிர்க்கப்படவும்... விலகும் உறவுகள்... விஞ்ஞான ரீதியில்...

சிறகடிக்கவும் இந்தப்பாடம் உதவக்கூடும். ஆண்கள் செவ்வாய் கிரகத்திலிருந்து வந்தவர்கள் பெண்கள் வெள்ளியிலிருந்து பிறந்தவர்கள் என்னும் ஜான் க்ரே (John Gray) அவரது புத்தகம் இந்த உணர்வு நுண்ணறிவை எங்கேயோ கொண்டு போய்விடும். அதைப்பற்றி எழுத இன்னொரு கட்டுரை போதாது. உணர்ச்சிப் பிரவாகமாக இருக்கும்.

6.19. குழந்தைகளுக்கு எமோஷனல் இன்டெலிஜென்ஸ்

டேனியல் கோல்மேன் சான்ஃப்ரான்சிஸ்கோ நகரில் சுயஅறிவியல் மாதிரிப் பள்ளியில் இந்திய பாணியில் தரையில் அமர்ந்து படிக்கும் குழந்தைகளைப் பற்றி தன் புத்தகத்தில் எழுதுகின்றார்.

இதைப்பற்றி பின்னால் படிக்க உள்ளோம். அவர் இந்திய பாணி என்பது தரையில் அமர்வது என்று நம்பிக் கொண்டிருக்க, நாம் எங்கே பயணிக்கிறோம்? என்று கேள்வி எழலாம்.

அது மட்டும் அல்ல கேள்வி... அடுத்து

ஒவ்வொரு குழந்தையின் மனநிலை குறித்தும் வருகைப் பதிவோடு பதில் கேட்கப்படுகின்றது. அதன்பிறகு குழுவிளையாட்டுகளில் குணச்சித்திரங்கள் தீட்டப்படுகின்றன என்று அந்தக்கால குரு குல ரேஞ்சுக்கு ஆசிரியர்களை வருணித்து இருப்பதாக புரிந்து கொள்கின்றோம்.

டாக்டர். ஏ.பி.ஜே. அப்துல்கலாம் ஐயாவும் இதையே கூறினார்கள். Catch them young - இளம் வயதில் பிடித்து “இளமையில் கல்” என்று ஔவை சொல்வதும் அதுவே. அப்போது தவறவிட்டாலும் இப்போது முயற்சித்துப் பார்க்கலாம். எப்போதும் முயற்சி திருவினை ஆக்கும்.

6.20. முடிவுரை:-

சரியான நேரத்தில் செய்யப்பட்ட செயல்களின் மதிப்பு இந்த உலகத்தைக் காட்டிலும் மிகவும் உயர்ந்தது என்பது வள்ளுவர் வாக்கு. அதே சமயத்தில் ஆழ்ந்து யோசித்துச் செய்யப்படும் செயல்கள் தான் சரியாக இருக்கும் என்றும் நம்பிக்கை நிலவுகின்றது. உணர்ச்சிகள் சிந்தனையை பாதிப்பவையாக இல்லாமல் பக்கபலமாக இருக்க வேண்டும். உள்ளம் சொன்னபடி செல்லும் நா, மற்றும் உடல் (மகாகவி பாரதியின் வாக்குப் போல்) அமையப்பெற வேண்டும். அதுவும் முயற்சியால் கைகூடும்.

அன்புள்ள நண்பர்களே... இங்கே ஆறாம் அத்தியாயம் முடிகிறது. இப்பொழுது க.க... அதாவது ஐந்தாவது அத்தியாய இறுதியில் சந்தித்த கனல் கண்ணனின் கார்டெக்ஸில் இவ்வளவு ஐடியாக்களும் சேகரிக்கப்பட்டு இருக்கும். அதனால் அவர் சிஸ்டம் டூ யோசனை

மூலம் அமிக்டலாவை மட்டுப்படுத்தி நல்ல எதிர்காலத்திட்டம் ஒன்றை அவருக்கென வகுத்துக் கொண்டு அவர் தந்தையின் உதவியை பயன்படுத்தி... அவர் என்ன தவம் செய்தாரோ! என்று ஊர் போற்றும் வண்ணம் சாதனை புரிய இனியாள் வாழ்த்தினார்.

இப்போது அடுத்து வருகிற அத்தியாயங்களில் நாம் ஒரு கதையைப் படிப்போம். அதன்பிறகு அந்தக் கதைக்குள் உள்ள "எமோஷனல் இன்டெலிஜென்ஸ்" கருத்துக்களை உணர்ந்து கொள்வோம். விவாதிப்போம். இந்த முறையில் இனியாளும் நம்மோடு சேர்ந்து கற்றுக்கொள்ள உள்ளார்.

7. குறள்சிறுகதை - 1

7.1. கடி - காரம்

கடிகாரம்

அம்மா சாக்லேட்தான் வேணும்...

சரிம்மா... வாங்கிக்கலாம்...

மேற்கண்ட உரையாடல் ஒளிவிழிக்கும்... நிலாவிற்கும் இடையே நடைபெறுகிறது.

உரையாடல் கொஞ்சம்... உத்வேகம் பெறுகிறது...

"ம்ஹூம் இப்பவே வேணும்"

"சொன்னா... கேளும்மா... நாளைக்கு வாங்கலாம்... அம்மா வாங்கி வெச்சிருக்கேன்... இப்போ பார்... பஸ் வருது... கிளம்பணும்... நேரம் இல்லையே!"

மகளும் அம்மாவும் ஸ்கூல் பஸ்ஸிற்காக காத்திருக்கும்பொழுது இப்படி பேச்சுவார்த்தை நடக்கிறது. ஒளிவிழி எப்படியாவது நிலாவை சமாதானப்படுத்தப் பார்க்க... நிலைமை... கைமீறிப்போகின்றது...

நிலா அழ ஆரம்பிக்கிறாள். பேருந்துக்காக காத்திருக்கின்ற மற்ற குழந்தைகள் இவர்களையே பார்க்க... ஒளிவிழிக்கு சங்கடமாக இருக்கிறது.

அப்பொழுது ஒளிவிழியின் தம்பி அங்கே வருகிறார்...

விவேக் மாமா... எனக்கு சாக்லேட் வேணும்...

இதோபார்... சாக்லேட்...

குழந்தைக்கு ஒரே சந்தோஷம்...

ஆஹா அருமை... மாமான்னா மாமாதான்... தாங்க் யூ... ஆனால் குழந்தையிடம் தரப்பட்டது ஒரு பரிசுப் பெட்டி மாதிரி இருந்தது... என்ன அது? பரிசுப் பொருள் சுற்றும் தாள் இருந்தது அதில் ஒரு பூட்டும்...

ஆமாம்... இப்போ எப்படித் திறக்கிறது?

அதோ பார் பூட்டு... அதைத் திறக்கிற சாவி...

இதோ... இங்கே... இருக்கிறது... எடுத்... எடுத்துக் கொடுக்கிறேன் என்று சொல்ல வந்தபொழுது... பஸ் வந்துவிட்டது...

குழந்தையின் மனநிலை மாறிவிட்டது...

அவள் பரிசுப்பெட்டியை... பைக்குள் வைத்துக்கொண்டு பேருந்தில் ஏறிவிட்டாள்... திரும்பத் திரும்பி.. மாமாவைப் பார்த்தாள் ஆனால்... விவேக்கின் சட்டைப்பையில் சாவி இருப்பது மாதிரி தெரியவில்லை...

சாவியை பைக்கில் வைத்திருப்பேன் போல... பஸ்கிளம்பிடும்... நீ சந்தோஷமாக போ... நான் சாவியை ஸ்கூல்லேயே கொண்டு கொடுக்கிறேன்...

பரிசுப் பெட்டி வாசனை பார்... நல்ல சாக்லேட் மணம் வருகிறதா? என்றான் விவேக்.

ஆமாம் மாமா... சூப்பர்... அம்மா... போய்ட்டு வரட்டா...

ஒளிவிழி மிகவும் மகிழ்ச்சியோடு... சென்று வா மகளே என்பது போல் கையசைத்தாள்... சந்தோசத்தில் திக்குமுக்காடி பேருந்து அந்த நிறுத்தத்தில் இருந்து நகர்ந்தது...

சமத்துடா தம்பி... சரியான நேரத்துல... கடவுள் மாதிரி வந்து காப்பாத்தின... அழுதிருப்பா இந்நேரம்...

இரண்டாம் வகுப்பு படிக்கிற நிலாவின் அம்மா தம்பியை மெச்சினாள்...

இதெல்லாம் திருவள்ளுவர் சொல்லிக் கொடுத்ததுக்கா...

என்றான் விவேக்... சரி... வா... வீட்டுக்குப் போவோம்...

சூடா... ஒரு கப்... காஃபி போட்டுக் கொடு...

என்றான் விவேக்...

காஃபி என்ன... உனக்கு சூடா தோசையே ஊற்றித் தர்றேன்... சாப்பிடலாம் வா...

அது சரி... வள்ளுவர் என்ன சொன்னார்? கிஃப்ட் பாக்ஸில் சாக்லேட் வெச்சிட்டு... சுத்துன்னா? அதுசரி... பரிசுப்பெட்டிக்கெல்லாம்... ஏதுடா பூட்டு? இதை யாருக்காக... வெச்சிட்டுருந்தே?

அக்கா...

"எதிரதாக் காக்கும் அறிவினார்க் கில்லை

அதிர வருவதோர் நோய்'

குறள் எண்: 429 அதிகாரம்! 43

இதுதான் அவர் சொன்னது... முன்கூட்டியே... முன்னெச்சரிக்கை நடவடிக்கை, அதாவது எதிர்காலத்திலே இப்படி நடக்கப்போகுது... அப்படின்னு யோசிச்சு... அதுக்குத் தகுந்த செயல்களைச் செஞ்சு வச்சிருக்கிறவங்களுக்கு... அதிர்ச்சி அடைகிற மாதிரி ஒரு பிரச்சனை வராது என்று சொல்கிறார்.

விவேக்கும், ஒளிவிழியும்... அருகே இருந்த... ஒளிவிழியின் வீட்டிற்கு நடந்து சென்றுகொண்டு இருந்த நேரத்தில் விவேக் குறளைக் கூறினான்...

வீட்டிற்குள் நுழைந்தனர்... அவனுடைய அக்கா... சமையலறைக்குள் நுழைந்த பொழுது... விவேக் தன் தொலைபேசியில் ஒரு தகவலை அனுப்பிவிட்டு... செய்தித்தாளை எடுத்துக்கொண்டு சோஃபா மேல் சாய்ந்தான்...

"அக்கா... மாமா... எப்ப வர்றார்"?

என்றான்...

அடுத்த வாரம்டா... என்றவள்...

தோசையோடு வரும்பொழுது...

விவேக் சொன்னான்...

வள்ளுவர் கிஃப்ட் பாக்ஸோடு சுத்தச் சொல்லவும் இல்லை... அந்த பாக்ஸ்ல சாக்லேட்டும் இல்லை... என்றான்...

வியப்பானாள் ஒளி...

"டேய் என்னடா சொல்ற... ஆமா... இங்க உட்கார்ந்தால் எப்படி...

"நீ கொண்டு போய் கொடுக்க போகலியா?"

என்றாள் விழி...

"அக்கா... பொடிக்கு... நல்லெண்ணய் கொண்டு வாயேன்"...

அதற்கும் வள்ளுவர் வழி சொல்லியிருக்கார்... என்றான் விவேக்...

"அடக்கடவுளே! என்னடா இது... சாவகாசமா இருக்கே!"

அங்கே நல்லெண்ணையோடு தன் கவலையையும் சேர்த்து ஊற்றினாள் ஒளிவிழி... சாப்பிடு...

“அக்கா.. ஸ்கூல் பக்கத்துல டெய்லர் கடை வெச்சிருக்கிற நம்ம ஃப்ரெண்ட் கடிகாரத்துக்கு... இப்பத்தான் மெசேஜ் போட்டேன் அவன்... சாக்லேட் வாங்கிட்டு இந்நேரம் ஸ்கூல் வாசல்ல நிப்பான்... நிலாக்கு கடிகாரத்தை நல்லாவே தெரியும்... மாமா என்கிட்டே சொன்னார் என்று சொல்லிடுவான்... கிஃப்ட் பாக்ஸை சாயந்திரம் திறந்துக்கோ... இந்தா சாவி...”

என்றான் விவேக்... தோசை... ஒரு பீஸ் வாய்க்குள் போனது...

அடேங்கப்பா... கடிஜோக்... அடிக்கிற செந்தில் இவ்ளோ பொறுப்பாயிட்டானா?

காரசாரமா... சமைப்பானே! நல்ல பேருதான் கடிகாரம்...

ஆமா... அந்த பரிசுப் பெட்டிக்குள்ளே என்னடா இருக்கு?

என்றாள் ஒளி விழி?

‘கடிகாரம்’

என்றான் விவேக்! இருவரும் சிரித்தனர்!

7.2 இரண்டு மனசு

நண்பர்களே... கடிகாரம் கதையைப் படித்திருப்பீர்கள்... இதில் வருகிற மூன்று கதாபாத்திரங்களில் யாருக்கு எமொஷனல் இன்டெலிஜென்ஸ் அதிகம்? என்று கேட்டால் ஈசியாக விவேக் என்று சொல்லலாம்...

குழந்தை நிலா... இப்பொழுதே சாக்லேட் வேண்டும் என்று அடம்பிடிக்க என்ன காரணம்!

சாக்லெட்டின் சுவை! என்று நீங்கள் சொல்லலாம்.

டேனியல் காஹ்னிமேன்... உரை ஒன்றை நேற்று இனியாள் யூ-டியூபில் பார்த்தார். அதற்கு பொருத்தமாக நிலாவின் கதை அமைந் துள்ளது. டேனியல் காஹ்னிமேன் உரையை நீங்களும் கேட்கலாம். பல்கலைக்கழக பட்டமளிப்பு விழா உரை ஒன்றிலும் அந்த... மகிழ்ச்சி மற்றும் அனுபவிக்கும் நேரம்! குறித்த உரையைப் பார்த்தால்... அவருக்கு நோபல் பரிசு கொடுத்தது சரிதான் என்று சந்தோஷம் வருகிறது...

மனசு என்றால் என்ன? அது எப்படி வேலை செய்கிறது? என்று பிட்டு பிட்டு வைக்கிறார். அதை நம் கதை மீது பயன்படுத்துவோம். நம் கதையில் சாக்லெட் வந்துள்ளது. அது, நிலாவிற்கு மிகவும் பிடிக்கும்.

சாக்லெட்டின் சுவை என்பது சரி! ஆனாலும் மிகச் சரியானது சாக்லெட் சுவையின் நினைவு - அதாவது சாக்லெட் சுவைத்தால் எப்படி இருக்கும்? என்கிற எண்ணத்தின் விளைவாக! அந்தக் கேள்விக்குப் பதிலாக... நிலாவின் மூளையில் இருக்கின்ற மின் - தூண்டல் பதிவுதான்...

சாக்லெட் எப்படி இனிக்கும் என்கிற நினைப்பு.

நிஜமாக சாக்லேட் சாப்பிடும்பொழுது இருக்கிற சுவை நிகழ்காலம்.

ஆனால் நிலா எதிர்பார்ப்பது எதிர்கால சாக்லெட்டை... நிலாக்கு இப்படியாக இரண்டு மனம் இருக்கிறது. அவளுக்கு மட்டும் அல்ல அனைவருக்கும் இருக்கிறதாம். படிக்கிற உங்களுக்கும்... யுவல் நோவா ஹராரியின் ஹோமோ டியூஸ் புத்தகத்தில்... "ஒருவருக்கு எத்தனை மனதுகள்?" என்ற தலைப்பிலான அத்தியாயத்தைப் படித்த இனிக்கும்...

ஆமாம் அந்தப் புத்தகத்தில் யுவல் இதைப்பற்றியும் எழுதி இருக்கிறார். இரண்டு மனசுகளைப் பற்றி நமக்குத் தெரியாமல் இருந்து விடக் கூடாதுங்க.

அவை யாது?

நிகழ்காலத்தில் இருந்து அனுபவிக்கிற மனசு,

அனுபவத்தை நினைவில் வைக்கிற மனசு!

என்று இரண்டு மனசுகள் இருக்கிறதாம். அதைக் குறித்து மிகவும் விளக்கமாக... காஹ்னிமேன் பேசும்பொழுது கேட்டுக்கொண்டே இருக்கலாம் போல ஆசையாக இருக்கிறது.

அனுபவிக்கிற மனசைக் காட்டிலும் நினைவில் வைக்கிற மனசு தான் மனிதர்களை முடிவெடுக்க வைக்கிறதாம்... அட... இரண்டும் ஒன்றுதானுங்க... என்று நீங்கள் சொல்வது கேட்கிறது...

அப்படி இல்லை என்று மிகவும் புகழ்பெற்ற, கீழ்க்கண்ட இரண்டு பரிசோதனைகள் தெரிவிக்கின்றன.

குடல்புற்று நோயாளிகளின் வலி குறித்தும், குளிர்ந்த நீருக்குள் கையை வைக்கும் சோதனைகள் மூலமும் காஹ்னிமேன், கதை சொல்கிற மனசுதான் எவ்வளவு நேரம் ஒரு வாழ்க்கை அனுபவம்

கிடைக்கிறது? என்பதை கருத்தில் வைப்பதில்லை என்கிற அற்புதமான உண்மையை விளக்கியுள்ளார். இதை யு ட்யூபிலும் Hmo Deus இலும் பார்க்கலாம், படிக்கலாம். "உங்களைக் கட்டிக்கிட்டு ஒரு நாள் வாழ்ந்தாலும் போதும்" என்கிற பழைய சினிமா வசனம் போல கதை சொல்லும் மனசு முடிவெடுக்கும்.

கீழ்க்கண்ட பரிசோதனை மூலமாக நமக்கு இரண்டு மனசுகள் இருப்பதை டேனியல் காஹ்னிமேன் எப்படி நிருபணம் செய்தார் என்று தெரிந்து கொள்ள முடியும்.

இதுபோன்ற பரிசோதனைகளைப் படிக்கும் பொழுது மிகவும் சுவாரஸ்யமாக இருக்கிறது.

ஏனென்றால், அது... பொறியியல், வேதியியல் பரிசோதனைகள் போல இல்லை. உளவியல் பரிசோதனைகள் மனசைத் தொடுகின்றன.

இதற்கு மேலும் பீடிகை இல்லாமல், என்ன பரிசோதனை என்று பார்ப்போமா?

வாருங்கள்...

இந்த பரிசோதனையில் அ, ஆ மற்றும் இ என்று மூன்று சுற்றுக்கள் உள்ளன. முதல் சுற்றில் 'அ' இரண்டாம் சுற்றில் 'ஆ' என்பன இரண்டும் சற்றே மாறுபாடுள்ள எளிய பரிசோதனை செய்முறை. 'அ' என்பது ஒரு நிமிட செயல்பாடு. 'ஆ' என்பது ஒன்றரை நிமிட வேலை. இதுவரையில் 'அ' மற்றும் 'ஆ' என்பது ஒன்றரை நிமிட வேலை. இதுவரையில் 'அ' மற்றும் 'ஆ' பற்றி பார்த்தோம். அடுத்ததாக 'இ'. இதில் என்ன என்றால்... 'அ' அல்லது 'ஆ' இதில் ஒரு செயலைத்தான் செய்ய வேண்டும். செய்தாக வேண்டும். ஆனால் எதைச் செய்வது என்பது இந்த பரிசோதனைச் செய்முறையில் கலந்து கொள்ள உள்ளவர்களின் விருப்பத்திற்குட்பட்டது. 'அ' அல்லது 'ஆ' இதில் எதை வேண்டும், என்றாலும் தேர்ந்தெடுத்துக் கொள்ளலாம்.

ஒரு நூறுபேர் இந்தப்பரிசோதனையில் கலந்துகொண்டார்கள் என்றால் என்பது பேர் ஒரு வாய்ப்பைத் தேர்ந்தெடுத்துச் செயல்படு கின்றார்கள். அதைப்பொறுத்து காஹ்னிமேன் இரண்டு மனம் இருப்பதை விளக்குகிறார்.

இவ்வளவுநேரமாக, செயல்பாடு செய்முறை என்றெல்லாம் சொன்னோமே! அதைக் கேட்டு ஏதோ இஸ்ரோ ராக்கெட் விடுகிற அளவிற்கு பெரிய ஆராய்ச்சி என்று நினைத்துவிடப் போகின்றீர்கள். குளிர்ந்த நீரில் ஒருகையை மணிக்கட்டு மூழ்கும் வரை வைத்து இருக்க வேண்டும்; அவ்வளவுதான் செய்முறை.

அடுத்து ஏழு நிமிட இடைவெளியில் அடுத்த கையை அடுத்ததாக 'ஆ' பரிசோதனைக்காக, குளிர் நீரில் 90 விநாடி வைக்க வேண்டும். என்ன வேறுபாடு?

என்று சொல்வதற்கு முன்னர் ஒற்றுமையையும் சொல்லி விடுகிறோம்...

குளிர்ந்த நீர் என்று சொன்னோம் அல்லவா, அதன் வெப்ப நிலை 14°C. நம் உடல் வெப்பநிலை 36.5°C. விரலை உள்ளே வைத்திருந்தால், அதுவும் அறுபது விநாடிகள் நேரம் வைத்திருந்தால்... அவ்வளவு மகிழ்ச்சியாக இருக்காது. கொஞ்சம் கஷ்டம். கடைசியில் வலிக்கக்கூட செய்யும். 'அ' மற்றும் 'ஆ' பரிசோதனைகளில், இரண்டிலுமே ஒரு நிமிடம் கையைத் தண்ணிக்குள் வைத்திருக்க வேண்டும்.

அ-பரிசோதனை அத்தோடு முடிகிறது. அதைத் தொடர்ந்து ஆ - பரிசோதனையில் மீண்டும் 30 விநாடிகள் கையை வைத்திருக்க வேண்டும். ஒரு நிமிடம் முடிந்த பிறகு, அந்த நீரை கொஞ்சம் சுடுதண்ணீர் சேர்த்து 15°C அளவிற்கு கொண்டுவருவார்கள்.

ஒரு டிகிரி செல்சியஸ் மட்டும் உயரும். அதிகம் அல்ல... கைகளில் குளிர் குறைந்து, அதனுடைய கஷ்டம் கொஞ்சம் குறையும். முப்பது செகண்ட் அதாவது அரை நிமிடம் கழித்து கையை வெளியே எடுக்கச் சொன்னார்கள். சூடான துண்டு கொடுத்தார்கள்.

இதில் நேர அளவையும் நாம் கலந்து கொள்கிற ஆட்களுக்குச் சொல்லப்போவதில்லை. இரண்டு கைகளும் அனுபவித்த சிரமத்தை, மனசுதான் உணர்ந்துகொள்ளப் போகின்றது.

இப்போது மூன்றாம் சுற்றுக்கு வருவோம். 'இ' சுற்று. முதல் இரண்டு சுற்றுக்களும் எல்லோருக்கும் பொது. 'இ' சுற்றில் ஒருத்தர்... 'அ' அல்லது 'ஆ' வில் எதாவது ஒன்றைத் தேர்ந்தெடுங்கள் என்று சொன்னால்... என்பது சதவிகிதம் பேர்...

'ஆ' பரிசோதனையைத் தான் தேர்ந்தெடுத்தார்கள். இத்தோடு ஆராய்ச்சி முடிந்தது. இனிமேல் அதை வைத்து என்ன புரிந்து கொண்டோம் என்று பார்க்கலாம்...

ஏன் 'அ' வை தேர்ந்தெடுக்கவில்லை? என்றால் அது வலியில் முடிகிறது.

ஏன் 'ஆ' வை தேர்ந்தெடுக்கிறார்கள் என்றால் அது கைக்குக் கொஞ்சம் இதமாக முடிகிறது. அதிலும் வலி உள்ளதே?

என்று கேட்டாலும்!

கொஞ்சம் வலி குறைவாகத்தான் இருக்கிறது.

அனுபவிக்கும் மனசு ஒவ்வொரு வினாடியிலும் சிரமத்தை அனுபவிக்கிறது.

நினைவில் நிறுத்திக் கதை சொல்லும் மனசு மனசில ஞாபகப் பதிவுகளாக உள்ள வலியை நினைத்துப் பார்த்து பிறகு தனது முடிவை தெரிவிக்கிறது.

நினைவில் நிறுத்திக் கொள்கிற மனசு, எவ்வளவு நேரம் ஒரு உணர்வை அனுபவிக்கிற மனசு (Experiencing self) அனுபவித்தது! என்பதற்கு முக்கியத்துவம் கொடுப்பதில்லை. (Duration neglect) அது ஒரு அனுபவம் முடியும்பொழுது (end) மற்றும் உச்சநிலை உணர்வின் பொழுது (Peak) என்கிற இரண்டுக்கு மட்டுமே முக்கியத்துவம் தருகிறது. இதை 'உச்சம் மற்றும் முடிவு விதி' என்று எழுதியிருக்கிறார்கள்.

பகுத்தறிவுப்பூர்வமாகப் பார்த்தால், 'அ' செயல்முறையில் ஒரு நிமிடம்தான் சிரமம். 'ஆ' சுற்றில் கூடுதல் சிரமம் இருக்கிறது. ஆனால்... முடியும்பொழுது கொஞ்சம் பரவாயில்லாம இருப்பதால் அதைத்தான் நிறையப் பேர் தேர்ந்தெடுக்கின்றனர். வாழ்க்கையை வாழ்வது... அனுபவிக்கிற மனசுதான் (experiencing self) ஆனால் அதை நினைத்துப் பார்ப்பது,

இது இப்படியிருந்தது - என்று கடந்த காலத்தையும்;

இது இப்படியிருக்கும் என்று எதிர்காலத்தையும்,

நினைவுப் பதிவுகளாகப் பார்த்து முடிவெடுக்க வைப்பது நினைவு மனசு (அல்லது) கதை சொல்லும் மனசு (Narrating Self or Remembering Self) ஆகும்.

அது காலத்தை கருத்தில் கொள்வதில்லை (Duration neglect) அதனால்தான் முப்பது நொடி அதிகமாகப் போனாலும் முடிவு நல்லா இருந்துதே! என்று நிறையப்பேர் 'இ' சுற்றில் 'ஆ' செயல்முறையையே தேர்ந்தெடுத்தார்கள்.

இந்தப் பரிசோதனையை 'குளிர்க்கை' பரிசோதனை Cold Hand Experiment என்று காஹ்னிமேன் சொல்ல... Cold Water Experiment என்கிற தலைப்பில் யுவல் நோவா ஹாராரி தனது இரண்டாவது புத்தகமான Homo Deus-ல் எழுதியுள்ளார். இது... மனசைப் புரிந்து கொள்ள முயற்சி செய்பவர்களுடைய... முயற்சிகளின் திருப்புமுனைப் பரிசோதனை என்று சொல்கிறார்கள். அதனால்தான் இவ்வளவு விளக்கமாக எழுதியுள்ளார் இனியாள்...

இதைச் சொல்லித் தந்த பின்னர் சொற்சிற்பியும் இளங்கன்றும்... ஆச்சரியப்பட்டார்கள்.

எளிமையான பரிசோதனை ஆனா அனுபவ, மற்றும் நினைவு மனசுகளைக் கருத்து மாறுபட வைக்கிறது. ஜஸ்ட் 60 செகண்ட்ல முடிச்சுக்கலாம் என்று நினைப்பதில்லை யாரும், தனக்குப் பிடிச்ச... அல்லது குறைவாகப் பிடிக்காத (Less Dislike) செயல்களைச் செய்யப் போய் உண்மையில் கூடுதல் நேரம் கஷ்டப்படறாங்க.

இதை.. பேசும்பொழுது... ஒரு எளிமையான உதாரணம் மூலம் விளக்கினார் காஹ்னிமேன்... அதே மாதிரியான உதாரணத்தைக் கீழே தருகிறோம்.

செம்ம உதாரணங்க...

நம்ம ஊர் வேற ஊர் என்றில்லாமல் சரியாகப் பொருந்தும் உதாரணம். அது என்ன என்றால்...

ஒரு பாட்டுக் கச்சேரி குறித்த உதாரணம். ஒரு பாடகர் ஒருவர் ஐந்து நிமிடம் அற்புதமாகப் பாடிக்கொண்டு இருக்கிறார். நீங்களும் கேட்டு இரசிக்கிறீர்கள். இரசித்துக்கொண்டே தலையாட்டித் தாளமிடவும் செய்கிறீர்கள்.

ஒரு நிமிடம்: இரசிப்பு

இரண்டாம் நிமிடம்: இலயிப்பு

மூன்றாம் நிமிடம்: ஆஹா..

நான்காம் நிமிடம்: ஓஹோ... சபாஷ்

ஐந்தாம் நிமிடம்... முடிகிற வேளையில் திடீரென பாடகர் வாய் தவறி... குளறி... ஏதோ சொல்லி தடுமாறி சொதப்பி ஒரு வழியாக முடிக்கிறார் என்று வைத்துக் கொள்ளுங்கள்.

இப்பொழுது... சொல்லுங்கள்...

உங்களிடம்... ஒரு மாசம் கழித்துக் கேட்டால்... அந்தப் பாடல் எப்படி என்று...

அதை ஏன் கேட்கறீங்க

நல்லாப் பாடிக்கிட்டிருந்தார்... முடியும் போது சொதப்பிட்டாருங்க... அவ்வளவு நேரம்... இருந்த நல்ல ஃபீலிங் எல்லாமே போயிடுச்சுங்க...

என்று சொல்வீங்க...

Peak - end rule-க்கு வேறு உதாரணம் எதற்கு?

இயற்கையே இதைப் பயன்படுத்துகிறது என்று யுவல் நோவோ ஹராரி சொல்லியிருப்பார்... அது மேற்கண்ட பாட்டு - உதாரணத்தின் எதிர்மாறு... அதாவது முடிவு சூப்பராக இருப்பதால்... மொத்தக் கஷ்டத்தையும் சந்தோசமாக்குவது...

அது என்ன?

தாயும் சேயும் உள்ள ஒரு ஓவியத்தை அச்சிட்டு...

ஹராரி சொல்லி இருப்பது

பிரசவ வேதனையைத் தொடர்ந்து... தாய்மையின் ஹார்மோன்கள் ஒரு தாய்க்கு... உடல் முழுவதும் பரவசத்தைத் தருமாம். கார்ட்டிசோல், பீட்டா என்டார்ஃபின் ஆகிய ஹார்மோன்கள் செய்யும், அற்புதம் என்று சொல்லி உள்ளார். அது மட்டுமல்ல குழந்தையைக் கொஞ்சும், பாராட்டும் உறவினர்களும்... மகிழ்ச்சிக் கொண்டாட்டங்களும் மகப்பேறு என்பதை ஒரு வலியைத் தாண்டிய வரமென போற்ற வைத்து விடுகின்றது. நினைவு மனசு (remembering self) செய்யும்... end- முடிவான முடிவு இது.

அப்படிப் பார்த்தீர்களேயானால்...

பரிட்சை ஹாலுக்குள் நினைவு மனது (remembering self) தான் அனைத்துப் பதில்களையும் ஞாபக நினைவுகளில் இருந்து எடுத்து எழுதுகிறது. அனுபவ மனசு (experiencing self) படித்த பாடங்களை, எவ்வளவு நேரம் படித்தோம் என்று நினைவு மனசு கணக்குப் பார்ப்பதில்லை. அதனால் சுவையாக அனுபவித்துப் படித்தால், (Peak- rule) நன்றாக நினைவில் நிற்கும்.

சிலபேர்... வகுப்பறையில் ஆசிரியர் சொன்ன பாடங்களை அப்படியே நினைவில் நிறுத்தி தேர்வில் எழுதிவிடுவார்கள். வகுப்பறைகள் சுவையாக இருந்தால் அது முடியும்.

வாழ்வின் எல்லா முடிவுகளையும், பெரும்பாலும் நினைவு மனசு தான் எடுக்கிறது. எந்த பாடப்பிரிவு எடுப்பது, நமக்குப் பிடித்த பாடம் எது? எந்த கல்லூரியில் படிக்கலாம்? எந்தப் பரிட்சை எழுதலாம்? எந்தப் புத்தகம் வாங்கலாம்? என்பது மாதிரியான முடிவுகள்... முதற்கொண்டு மொத்த திட்டமிடுதலும்... நினைவு மனசு செய்கிற மாயா ஜாலமே!

இப்போது நாம் உள்ளூர் உதாரணங்களைப் பார்ப்போம்,

1. "நானே ரெண்டு மனசாதான் போனேன்"

2. "ஒரே மனசா... முடிவு பண்ணிட்டேன்"

3. "இரண்டு மனம் வேண்டும்
இறைவனிடம் கேட்டேன்
நினைத்து வாழ ஒன்று
மறந்து வாழ ஒன்று"

திரைப்படம்: வசந்த மாளிகை

வருடம்:1972

எழுதியவர்:கண்ணதாசன்

பாடியவர்: T.M.*சௌந்தர்ராஜன்*

மேற்கண்ட மூன்று சொற்றொடர்களிலும் தமிழில்... இத்தகைய இரண்டு மனசு குறித்த கூற்றுக்கள்... உள்ளன. இப்போது கதைக்கு வாருங்கள்...

நிலா... பரிசுப்பெட்டியை முகர்ந்து பார்த்தாள்...

அவளுக்கு எப்படிங்க... கடிகாரம் உள்ளே இருக்கும் பொழுது, சாக்லெட் வாசனை அடிச்சிருக்கும்?

காஹ்னிமேனின் தத்துவத்தை இனியாள் ஒப்புநோக்கினார்.

7.3. Confiramtory Bias:- **உறுதிச் சார்பு**

சாக்லெட் வாசனை... அடிச்சிருக்க வாய்ப்பே இல்லை. இல்லாத ஒரு வாசனையை உணர்ந்ததாக நிலா... பொய் சொல்கிறாள் என்று நினைக்க வாய்ப்பு இருக்கிறது...

டேனியல் காஹ்னிமேனைப் படிக்காத வரையில்/ கேட்காத வரையில் அப்படிக் கருதலாம். ஏற்கனவே... ஒரு கருத்தை நாம் எதிர்பார்த்துக் காத்திருக்கும் பொழுது... அதற்குத் தகுந்தாற்போல.. வேறு ஏதாவது... ஒத்து வருவது போல நிகழ்ந்தால்... நாம் எதிர்பார்த்ததே நிகழ்ந்திருப்பதாக மனசு எண்ணிக் கொள்கிறது... இதை கன்ஃபர்மேட்டரி பயாஸ் (confirmatory bias) *என்று சொல்வார்களாம்...*

இந்த நிகழ்வில் நிலாவின் நினைவு மனசு... எதிர்பார்ப்பில் இருக்க... அனுபவிக்கும் மனசுக்கு எதுவுமே கிடைக்காத பொழுதும்... முடிவு தவறாகிப் போய்விடுகின்றது.

இந்த இரு மனசுகள் இருப்பது தெரியாத சூழலில் மகிழ்ச்சி குறித்த ஆய்வுகள் சிரமத்தில் இருந்து குழப்பம் வரை முன்னேறி வந்தனவாம். நிலாவிற்கு சாக்லெட் கிடைத்த மகிழ்ச்சியை நினைவில் நிறுத்தும் மனசு கொடுத்திருக்கிறது.

இப்படி இரண்டு மனசுகள் இருப்பதால்... மனித முடிவுகள் எடுக்கப்படுவதில் கணினியின் அல்காரிதங்கள் போல தெளிவும்... உறுதித்தன்மையும்... திரும்பவரும் தன்மையும் இருப்பதில்லை என்று ஹராரி கூறுகிறார். இது தெரிந்தால்... அதற்குத் தகுந்தாற்போல... நிலா... பொறுமையாக சாக்லெட்டை நாளைக்கே வாங்கிக்கொள்கிறேன் என்று சொல்லி இருப்பாள்.

நிலாவிற்கு தெரிகிறதோ இல்லையோ!

இனியாவிற்குத் தெரிந்தது... நண்பர்களே நமக்கும் தெரிந்துவிட்டது.

நூற்றுக்கு நூறு புத்தகத்தில் முழுக்க முழுக்க எமோஷனல் இன்டெலிஜென்ஸ் உடைய தத்துவங்களை பிராக்டிகலாக... விளக்கிப் பார்த்தால்... எழுதவே விறுவிறுப்பாக இருந்தது. இனியாளின் உற்சாகத்தைப் பேனாவில் ஊற்றியதில் பிறந்தது இந்த விளக்கக் கதைகள் அவரும் எமோஷனல் இன்டெலிஜென்ஸில் ஒரு மாணவிதான்.

இனியாள், அறிவியலறிஞரோ! ஆராய்ச்சியாளரோ! அல்ல! ஒரு தேர்வுக்குப் படிக்கிற மாணவியின் ஆர்வத்தோடு... சிந்தனைகளைப் பகிர்ந்துகொள்கிறார். எமோஷனல் இன்டெலிஜென்ஸில்...

(அ) நிலா... சாக்லெட்டுக்கு ஆசைப்பட்டதுபோல் பல... கவனச் சிதறல்களால் பள்ளிக்கு போகமாட்டேன் என்று அடம்பிடிக்கும் குழந்தைகள்

(ஆ) ஆர்வமாக ஐந்து மணிக்கு எழுந்து தயாராகித் தானாக உரிய நேரத்தில் பள்ளி வாகனத்தைப் பிடிக்கின்ற குழந்தைகள்

மேற்கண்ட (அ) மற்றும் (ஆ) வில் காணும் இரண்டு வகையான குழந்தைகளையும் வித்தியாசப்படுத்திக் காட்டுவது உணர்வுசார் நுண்ணறிவே! எனவே திருவள்ளுவரின் குறள்வழியே நவீன நோபல் பரிசுச் சிந்தனைகளைக் கேட்டு நூற்றுக்கு நூறு அடிக்க முயற்சி செய்வோம்...

இனி இரண்டாவது கதைக்குள் போகலாம்... அத்தோடு...

எட்டாவது அத்தியாயத்திற்குள்ளும்...

8. குறள் சிறுகதை - 2

8.1. அரண்

சமீபத்தில் தந்தையர் தினம் வந்தது... 16.6.19 புலனக் குழு ஒன்றில்... புவியியலின் தந்தை யார்? என்று ஆரம்பித்து மருத்துவத்தின் தந்தை என்று வரிசையாகக் கேட்டு... கால்பந்தின் தந்தை யார்? என்கிற கேள்வி வரை பயணித்தோம்...

ஃபீலே...

என்று தோன்றியது... அது தவறு என்று கூகுளில் தேடியபொழுது தெரிந்தது...

பின்னே... வேறு யாராய் இருக்க முடியும்...

கால்பந்தின் கடவுள்... இப்படிக் குறிப்பிடப்படுபவர், மெஸ்ஸி என்று கூறுகிறார்கள்...

இவர்... அர்ஜென்டினாக்காரர்...

ஆனால் ஒரு முறைகூட அவரால்... அர்ஜென்டினாக்கு (இதுவரையில் 2019), உலகக்கோப்பையை வென்று தர முடியவில்லை.

உலகக்கோப்பைக் கால்பந்து...

உலகக்கோப்பைக் கிரிக்கெட் நடக்கும்பொழுது (2019) உலகக் கோப்பை கால்பந்தைப் பற்றி எழுதுகிறோம்...

கால்பந்தை நூறு நாடுகளுக்கு மேல் ஆடுகின்றன... பிரேசில் அணி அதில் பெரும்புகழ் வாய்ந்தது.

ஜாம்பவான்கள் என்று சொல்லலாம்.

அவர்களுடைய தாக்குதலும்... எதிரிக்கோட்டையை முற்றுகை யிட்டு... அவர்களது தற்காப்பைத் துளைத்துத் தகர்ப்பதும்... தனிப்புகழ் பெற்ற கலை.

ஐந்து முறை உலகக் கோப்பையை வென்றவர்கள்.

பலமுறை இறுதி ஆட்டம்வரை வந்தவர்கள். இவர்களது சாதனையை இதுவரை வேறு யாரும் எட்டவில்லை. ஜெர்மனி நான்கு முறை வென்றுள்ளது.

இப்படி இருக்க...

அந்த அணி சென்ற ஜுலை 2018 ல் நடந்த உலகக்கோப்பைக் கால்பந்து காலிறுதிப்போட்டியில் பெல்ஜியம் அணியுடன் மோதியது...

பெல்ஜியம் அணி 2018 உலகக்கோப்பை ஆட்டங்களில் நன்றாக ஆடினாலும் பிரேசில் மாதிரி கால்பந்துப் பாரம்பரியப் புகழ்பெற்றதோ, பெருமை வாய்ந்ததோ இல்லை...

அந்த ஆட்டத்தை இனியாள்... இரஷ்யா சென்று பார்த்தார்...

யார் ஜெயித்தார்கள் தெரியுங்களா?

இதென்ன கேள்வி... பிரேசில்தான் என்று பிரேசிலின்... இரசிகர்கள் சொல்வார்கள்...

அப்படி இருந்தால்...

ஏன் ஒரு வருஷம் கழித்து இனியாள் அதைப்பற்றிப் பேசப் போகிறார் என்று... நுணுக்கமாக யோசித்து... சில நண்பர்கள் பெல்ஜியம்தான் என்றும் கூறலாம்...

யார் உண்மையில் ஜெயித்தார்கள் என்பதில்தான் கதைமுடிச்சு வருகிறது,

ஆட்டத்தின் பொழுது...

பிரேசில் அணி 58% நேரம் பந்தை தங்கள் கட்டுப்பாட்டில் வைத்திருந்தார்கள்... பெல்ஜியத்துக்கு வெறும் 42% நேரம்தான் பந்தே கைவசம் வந்திருந்தது.

பிரேசில் அணியின் தாக்குதல் பலமாக இருந்தது... குறிக்கோளை நோக்கி... அதாவது இலக்கை நோக்கி 27 ஷாட்கள் அடித்தார்கள் ஆனால்... பெல்ஜியம் வெறும் 9 ஷாட்கள் தான் அடிச்சாங்க...

இப்போ சொல்லுங்க...

ஆட்டத்தின் புள்ளி விவரங்கள் பிரேசில் பக்கம் சாதகமாக உள்ளது.

புள்ளி விவரங்களைக் கொண்டு பிரேசில் ஜெயிச்சதுன்னு சொல்லிடுவீங்களா?

நீங்க சொல்வது இருக்கட்டும்...

வள்ளுவர் என்ன சொல்லியிருக்கிறார் என்றால்?

வள்ளுவர் எப்போ ரஷ்யா வோர்ல்ட் கப் பார்த்தார்... என்று இளங்கன்று கேட்டான்...

சும்மா இருடா... என்றான் சொற்சிற்பி...

அம்மா நீங்க சொல்லுங்க... என்றதும்

முற்றாற்றி முற்றி யாவரையும் பற்றாற்றிப்
பற்றியார் வெல்வ தரண்

குறள் எண்: 748, அதிகாரம் : 75

முற்றுகை இடும் வீரதீர வல்லமையில் வல்லவர்களை 'முற்றாற்றி முற்றியவர்' என்று வள்ளுவர் கூறுகிறார். அரண் என்றால் பாதுகாப்பு என்று பொருள். 'பற்றியார்' என்று இந்தக் குறளில் சொல்லப்பட்டு இருப்பவர்கள்... பாதுகாப்பு அல்லது தற்காப்புக் கலையில் சிறந்தவர்கள் என்று பொருள் கொள்ளலாம். தங்களது உள்ளத்தையும், உடைமை யையும், நம்பிக்கையையும், பற்றிக்கொண்டு... பாதுகாப்பவர்கள்... எதிரிகள் தாக்குவதில் வல்லமை படைத்தவர்களாக இருந்தால் கூட... தோற்றுப் போக மாட்டார்கள் என்று திருவள்ளுவர் கூறி இருக்கின்றார்.

8.2. கால்பந்தின் தந்தை

பெல்ஜியம் அணியுனுடைய இலக்குக் காப்பாளி... 'கோர்ட்டாய்ஸ்' (Thibaut Courtois) மிக அற்புதமான அரணாக... இலக்கைப் பாதுகாத்து... பல முறை கோலைத் தடுத்தார் அதிலும்... ஒரு சமயத்தில் அந்தரத்தில் பறந்து உலகின் மிக பிரபலமான வீரர் நெய்மர் எடுத்து அடித்த பந்தை கோலுக்கு மேலே தட்டி விட்டபொழுது 'கோர்ட்டாய்ஸ்' என்கிற பற்றியார்... நெய்ர் என்கிற "முற்றிய" 'முற்றாற்றியவரை' வென்று விட்டார் என்று அடித்துச் சொல்லலாம்.

இப்படியாக இனியாள் இளங்கன்றுக்கும், சொற்சிற்பிக்கும் இரஷ்யாவில் ஒருவருடம் முன்பு நடந்த கால்பந்து ஆட்டம் குறித்து விளக்கி... அட்டாக் (attack மற்றும் Defence) மற்றும் டிஃபென்ஸ் குறித்த குறளை மிகவும் பொருத்தமாக இன்றைய காலத்திற்குப் பொருந்தும் வண்ணம் விளக்கிக் கூறினார்.

கதை முடிந்ததும்...

"அம்மா, உலகக்கோப்பை... பெல்ஜியம் அணியோட வெற்றி... வரலாற்று முக்கியத்துவம் வாய்ந்தது. இப்படியொரு வெற்றி மூலம் 32 வருஷம் கழிச்சு பெல்ஜியம் அணியினர் அரை இறுதிக்கு முன்னேறி

இருக்காங்க... என்பதுவரை சந்தோஷம்... ஆனால் நவீனக் கால்பந்தின் (அஸோஸியேஷன் ஃபுட்பால் Association Football) தந்தை யார்னு சொல்லவே இல்லீங்களே"? என்றான் சொற்சிற்பி...

நல்லாக் கேட்டாய் சொற்சிற்பி... நீ கதையை கவனிச்சியா?

இல்லியா என்று பார்க்கத்தான் அதை விட்டேன்...

பரவாயில்லை நீ ரொம்ப ஷார்ப் தம்பி... கால்பந்து என்றாலே வெளிநாடுகளில், 'ரக்பி' மாதிரியான விளையாட்டை நினைப்பாங்க... அதனால இந்தியாவில் பெரும்பாலும் விளையாடும் நவீன சங்க கால்பந்து விளையாட்டை பிரபலமாக்கி, விதிகளை வகுத்து விளையாட வைத்த எபினேஷர் காப் மோர்லி (Ebenezer Cobb Morley (1831-1924) என்பவர்தான் நவீன கால்பந்தின் தந்தை என்று அறியப் படுகிறார்...

இன்று தேதி *23.6.19* இன்றைய நாளில் நாம் எமோஷனல் இன்டெலிஜென்ஸ் குறித்துப் படித்துக்கொண்டு இருக்கிறோம்... இந்த டாப்பிக்கிற்கும்... கால்பந்து குறித்த இந்த இரண்டாவது கதைக்கும் எப்படி தொடர்புபடுத்தப் போகின்றோம் என்று நினைத்துப் பார்த்தார் இனியாள்.

8.3. செய்தித்தாள் கட்டுரை

ஆப்கானிஸ்தானை நேற்று மூன்று விக்கெட்களை வீழ்த்தி... ஹாட்ரிக் படைத்த 'ஷமி' புகைப்படத்துடன் வந்திருந்த The Hindu ஆங்கில இந்து பத்திரிக்கையைப் புரட்டி காட்டினான் சொற்சிற்பி. இந்தியா வெற்றிபெற்றிருந்தது... அந்த செய்தித்தாளில்... "நமது முடிவுகள், ஏன் அடிக்கடி தவறாகப் போய்விடுகிறது!" என்று ஒரு கட்டுரை இருந்தது. அதன் ஆங்கிலத் தலைப்பு! Why We often get it wrong... open page... நீங்களும் படிக்கலாம்... பதாம் அரவிந்த ரெட்டி (Baddam Aravinda Reddy) என்பார் எழுதியது.

இனியாள் அந்தக் கட்டுரையைப் படித்தார். மூளை இருக்குமிடத்தில்... ஒருவர் மெழுகுவர்த்தியைப் பிடித்துக் கொண்டு முள் காட்டுக்குள் நடப்பது போல... ஒரு படத்துடன் அந்தக் கட்டுரை வந்திருந்தது. இனியாள் ஆர்வமுடன் படித்தார்... உடனே எழுந்து தன் புத்தக அலமாரியில் தேடினார். தூசி தட்டி ஒரு ஆங்கிலப் புத்தகத் தைப் பரபரப்பாக எடுத்துப் பிரித்தார்... இந்த தேடுதலின் காரணமாக, நீண்ட நாட்களாகத் தேடிக்கொண்டு இருந்த மற்ற சில புத்தகங்களையும் வகைபிரித்து அடுக்க முடிந்தது.

இளங்கன்று உடன் வந்து கேட்டான்!

அம்மா... என்ன பண்றீங்க.. பேப்பர் படிச்சிட்டு உடனே! புத்தகத்தை தேடுறீங்க? "நீங்கள் படித்த கட்டுரையில் இந்த புத்தகத்தைக் குறித்து வந்துள்ளதா?" என்றான் ஆமோதித்தார்... இனியாள்... "எக்ஸாட்லி... இளங்கன்று... வெரிகுட்..."

அதுமட்டுமல்ல கண்ணு! இந்தக் கட்டுரை, இந்தப் புத்தகம், இந்த கருத்து எல்லாமே! நான் எழுதுகிற எமோஷனல் இன்டெலிஜென்ஸ் புத்தகம் சம்பந்தமானது, அது மட்டுமல்ல இப்பொழுது எழுதியிருக்கிற 'அரண்' என்கிற மினி கதைக்கும் பொருத்தமானது. இதில் என்ன சந்தோஷம்னா 'தற்செயலா' இன்றைக்கு செய்தித்தாளில் அதைப்பற்றிய கட்டுரை வந்திருக்கு பாருங்க... அதுவல்லவா 'அற்புதம்' எதை நாம் நினைக்கிறோமோ? அதுவே நமக்குக் கிடைக்கும், என்பதற்கு, இதுவும் ஒரு உதாரணம்.

என்றார்.

அப்படி இனியாள் தேடி எடுத்த புத்தகம் எது? அதில் உள்ள எமோஷனல் இன்டெலிஜென்ஸ் தத்துவம் என்ன?

அது எப்படி நம்ம 'அரண்' கதைக்குப் பொருந்தும்?

அரண் கதையை ஆரம்பித்துவிட்டு, குறளையும் சொல்லி முடித்து விட்டோம். அதை எப்படி செய்தித்தாள் சங்கதியோடு, சங்கமிக்க வைக்கப் போகின்றோம்?

"இந்தப் பாகம் தான் மிக சுவையானது, அதை ஒரு எடுத்துக் காட்டுடன் பார்ப்போம்" என்றார் இனியாள், சொற்சிற்பி... கவனிக்கத் தயாரானான்...

ஏற்கனவே முடிந்து போன அரண் கதையையும்... இன்னிக்குப் பேப்பேர்ல வந்த எமோஷனல் இன்டெலிஜென்சஸும் எப்படிம்மா மேட்ச் பண்ணப்போறீங்க?

மேஜிக் மாதிரி... இருக்கே?

அப்படி என்ன எடுத்துக்காட்டு? லட்டு மாதிரி புரியணும் சும்மா... சுத்தி வளைச்சு ஒட்டவைக்கக் கூடாது. "அப்பேர்ப்பட்ட தென்னை மரத்தில் இப்பேர்ப்பட்ட பசுமாட்டை கட்டியிருந்தார்கள்" என்று எழுதுகிற மாதிரி அல்ல...

என்றான் சொற்சிற்பி...

லட்டு கேட்டான்...

இனியாள் ஆரம்பித்தார்...

8.4. இலட்டுப் போல

அது ஒரு பொன் மாலைப் பொழுது, சொற்சிற்பிக்கு இலட்டு ரொம்ப பிடிக்கும். அவன் நல்ல புழுதி நிறைந்த கிரிக்கெட் கிரவுண்டில் ஒரு இலட்டை கையில் வைத்துக் கொண்டு நிற்கிறான். அப்போ... அவனுடைய நண்பன் இன்னொரு லட்டை கொண்டுவந்து தருகிறான்.

அந்த விநாடியில் சொற்சிற்பி கையிலிருக்கிற இலட்டு...

தவறி மண்புழுதியில் விழுந்து உடைஞ்சிட்டுது...

சொற்சிற்பி... "ஆ"... என்றான்.

"அம்மா.. இலட்டு போச்சே..." என்று வருந்தினான்...

"கண்ணா.. இலட்டுத் தின்ன ஆசையா?

என்றான் இளங்கன்று,

"அதான் நண்பன் இன்னொன்று கொடுத்தானே"...

என்றார் இனியா...

"இருந்தாலும்... கசப்பாதான் இருக்கு"

என்றான் சொற்சிற்பி...

இதுதான் "தோல்விச் சார்பு" (failure bias) என்று சொல்லும் எமோஷனல் இன்டெலிஜென்ஸ் தத்துவம் என்றார் இனியாள்.

அம்மா தத்துவம் சொல்லி முடிஞ்சுதா?

சொன்ன மாதிரியே தெரியலியே?...

"ஜஸ்ட் ஒரு நிஜத்தைத்தானே சொன்னேன்"...

"கிடைக்கிற சந்தோசத்தைவிட... இழக்கிற துக்கம்... அதாவது இழப்பால் உருவாகும் சோகம் அது அளவுல சமமா இருந்தால் கூட மனசுல கனமாக இருக்கும்..."

என்றான் சொற்சிற்பி...

"நீயே அந்த தத்துவத்தை அழகாச் சொல்லிட்ட இதைத்தான் அரவிந்தா... தி ஹிந்துவில எழுதியிருந்தார். ஒரு லட்டு கிடைச்சா... கிடைக்கிற சந்தோஷத்துக்கு மார்க் போடுங்க அதே மாதிரி ஒரு லட்டு போனா? அதுக்கும் மார்க் குறைங்க உதரணமா... ஒரு இலட்டுக்கு 4 மார்க் என்றால்... கீழே விழுந்த இலட்டுக்கு மைனஸ் 4. நண்பன் கொடுத்த இலட்டுக்கு ப்ளஸ் 4 ஆக... ஜீரோ மார்க். இரண்டும் கூட்டி கழிச்சா... சொற்சிற்பி... அட்லீஸ்ட் முன்ன மாதிரி இருக்க வேண்டும்.

ஆனா அவன் 'தோல்வி சார்பு' காரணமாக வருத்தம் அதிகமாக அடைகிறான்."

இதை... ஸ்விட்சர்லாந்தை சார்ந்த ரால்ஃப் டோபெல்லி என்கிற அறிஞருடைய தெளிவாக சிந்திக்கும் கலை என்கிற புத்தகத்தில்... சொல்லியிருக்கார். (Rolf Dobelli... Swiss Author -The Art of Thinking clearly)...

ரால்ஃப் சார்... இலட்டைப் பத்தியா சொல்றார்? என்றான் இளங்கன்று...

இலட்டை மட்டும் அல்ல எது கிடைத்தாலும் அதாவது மகிழ்ச்சி அளித்தாலும் அதை வெற்றி என்றும் எதாவது இழந்து வருத்தம் வந்தால் அதைத் தோல்வி என்றும் வைத்து 'தோல்வி சார்பை' கணக்கிடுகிறார்கள்.

8.5. சார்புகள்

இதுமாதிரி பல 'சார்பு' (bias) காரணமாக, மனிதர்கள் நடுநிலைமையில் நின்று முடிவெடுக்க முடிவதில்லையாம், இதே மாதிரி வேறு வேறு சார்புகள் உள்ளன... புகழ் சார்பு - Halo -bias, உறுதிப்படுத்தும் சார்பு - confirmatory bias ஆகியவை சில மற்ற உதாரணங்கள் இதைப்பற்றியும் டோபெல்லி எழுதியிருக்கிறார்.

இது எப்படி பெல்ஜியத்துக்கும் பொருந்தும்... என்றான் இளங்கன்று வெரிகுட்... நல்ல கேள்வி

பிரேஸில் புகழ்பெற்ற டீம்... அவங்களுக்கு கிடைக்க இருப்பது... வெற்றி மேல வெற்றி... பெல்ஜியத்துக்கு இருந்தது தோல்வி பயம். மக்கள் வெற்றியை விரும்புவதைக் காட்டிலும் தோல்வியைத்

தவிர்ப்பதில் அதிக ஆர்வம் காட்டுவாங்க... அதுக்குக் காரணம் "தோல்விச் சார்பு".

எதாவது எக்ஸ்ட்ரா கிடைச்சாலும் வேண்டாம் ஆனா இருக்கிறது போயிறக் கூடாது... அதனால 'தோல்வி சார்பு' உள்ளவங்க ரிஸ்க் எடுக்க மாட்டாங்க... பிரேஸில்... சந்தோஷத்தை அதிகமாக்க ஆடினாங்க... பெல்ஜியம் தோல்வியைத் தவிர்க்கப் போராடினாங்க...

சும்மா ஓடுபவரைக் காட்டிலும் நாய் துரத்தினா... ஓடுறவர்... உயிரைக் கொடுத்து வேகமாக ஓடமாட்டாரா? அதனால அவங்க பக்கம் வெற்றி வெறி அதிகமாக இருக்கும் அதுவும் பல காரணங்களில் ஒன்று... இது உளவியல் காரணம். டேவிட் கோலியாத் சண்டை என்று இதிகாசங்கள் சொல்கின்றது. தோல்வியைத் தவிர்க்க... நினைத்தவர்கள் பெல்ஜியம்; வெற்றியை அடைய நினைத்தவர்கள் பிரேஸில்... புரிந்ததா?

அடுத்த கதை... அடுத்த தத்துவம்...

9. மாறும் குணங்கள்

9.1. "நடிகையர் திலகம்"

அம்மா... ஆ ஆ ஆ

மிகவும் வேதனையோடு... வெகுதீவிரமாக எழுந்த சத்தத்தை கேட்டு அதிர்ந்து... ஊத்திக்கொண்டிருந்த... தோசைமாவு கரண்டியோடு சமையலறையில் இருந்து... குழந்தைகள் படித்துக் கொண்டிருந்த... பக்கத்து படுக்கை அறைக்கு ஓடினாள் ஒளிவிழி...

இல்லவே... இல்லம்மா... ஜஸ்ட்... தொட்டேன்... அதுக்கு இந்தக் கத்து கத்துறா... கவிஞன்... அம்மா கோபித்துக் கொள்வார்கள் என்று மிரண்டான்...

"அண்ணன் அடிச்சிட்டான் மா..."

என்று அழுகையை தொடர்ந்து படுக்கையில் உருண்டு அழுதாள் துடித்தாள்... நிலா...

"என்ன இங்க... கலவரம்?..."

என்று எட்டிப்பார்த்தார்... எழில்செல்வன்.

"அப்பா... நெய்மர் மாதிரியே நடிக்கிறாப்பா..."

என்று கவிஞன்... அப்பாவிடம் அடைக்கலம் புகுந்தான்.

நிலா... ஓரக்கண்ணால் பார்த்தால்... நிலைமை அவளுக்கு சாதகமாக இல்லை போல... சரி பேச்சை மாற்றுவோம்... என்று ஐடியா செய்தாள்...

"நெய்மர் யாரு?"

என்றாள்...

அதற்கு எழில்...

"நெய்மர்... பிரேஸில் கால்பந்து நட்சத்திர ஆட்டக்காரர்... மெக்ஸிகோவுக்கு எதிரான மேட்ச்சில்... இரஷ்யாவில் அவர்...

லைட்டா அடி படும்முன்பே... உருண்டு அழுது... துடித்து... நடித்து... எதிரணி ஆட்டக்காரருக்கு மஞ்சள் அட்டை வாங்கி கொடுத்துவிடுவார்.

"ஆனா... அடுத்த நிமிடம் எழுந்து ஃபிரிகிக்... வாங்கிக்கொண்டு பந்தை உதைத்து விட்டு அம்பு போல பறப்பார்... நீயும் அப்படித்தான் நடிக்கிறே" என்று அண்ணன், சொல்றான் என்றார் எழில்...

"அப்பா, மஞ்சள் அட்டைன்னா? என்ன?"

என்றாள் நிலா...

"இப்போ அதுவா முக்கியம்... ஏண்டி அந்த கத்து கத்துன? இப்போ... மஞ்சள் சிவப்புன்றே... ரொம்ப மோசம் நீ..."

என்றாள் ஒளிவிழி...

"இல்லம்மா... அவ நல்ல பொண்ணுதான்; வள்ளுவரே சொல்லி யிருக்கார்,

என்றார் எழில்...

அப்பா... அவரு எப்போ இவளுக்கு சான்றிதழ் தந்தார் என்றான் கவிஞன்...

"குணம் நாடி குற்றமும் நாடி அவற்றுள்
மிகைநாடி மிக்கக் கொளல்"   - குறள் எண் 504

என்றார் திருவள்ளுவர். நிலாவிடமும், நெய்மரிடமும் ஏராள நல்ல பழக்கங்களும், ஒப்பற்ற திறமையும் இருக்கு. கூடவே கொஞ்சம் குறும்பும் நடிப்பும் இருக்கு... அது குற்றம்... இதுல எது அதிகமோ அதைத்தான் எடுத்துக்கணும் என்று... நிலாவை கட்டிக்கொண்டு முத்தமிட்டார்... எழில்...

சரி... சரிதான் இன்னிக்கு 7/7/18 பிரேஸில்... பெல்ஜியம் மேட்ச் பார்க்கணும் என்றான் கவிஞன்...

"நீ முதல்ல என்னைப் பாருடா"... என்றாள், நிலா...

எல்லோரும் சிரித்தனர்...

கதை அப்படி முடிந்திருந்தது.

9.2. பாலிருக்கும் பழமிருக்கும்

இந்தக் கதையை இனியாள் எழுதி ஒரு வருடம் இருக்கும்...

இப்பொழுது 23.6.19-ல் இனியாள், சொற்சிற்பி, இளங்கன்று மூவரும் உட்கார்ந்து படித்தனர்.

அம்மா... ஒளிவிழி - ன்ற பெயர் எவ்வளவு வெளிச்சமா மின்னுது இல்ல? என்றான் சொற்சிற்பி... உன் பேர் கூட அப்படித்தான்... சும்மா செதுக்கிவச்ச மாதிரி இருக்குது என்றான் இளங்கன்று... சரி சரி பெயர் களை இரசித்தது போதும்... குணங்கள் அப்படி இருக்கணும்... என்றார் இனியாள்...

குணங்கள் எப்படி இருக்கணும்? என்றான் சொற்சிற்பி... நாலுவகை குணமிருக்கும்... என்று கண்ணதாசன் பாடல் ஒன்று உள்ளது என்று சொல்லி வாய் மூடவில்லை இனியாள்...

ஆமாம்மா...

பாலிருக்கும்... ம்ஹூம்

பழமிருக்கும்... ம்ஹூம்...

என்று விஸ்வநாதன் இராமமூர்த்தி அவர்கள் இசையில் P.சுசீலாவும்... எம்.எஸ்.வியும் பாவமன்னிப்பு *(1961)* என்ற படத்திற்காக, சிவாஜி கணேசன், தேவிகா அவர்கள் திரையில் தோன்ற... எம்.எஸ்.வி அவர்கள் சில சத்தங்களை மட்டுமே சந்தங்களாக பாடியிருக்கிறார்... என்றான் சொற்சிற்பி...

அடக்கடவுளே...

"இது எங்கப்பா காலத்துப் பாட்டுடா... அவருக்கு ரொம்பவும் பிடிச்ச பாடல், எனக்கே இவ்வளவு விவரம் தெரியாது... பாடுனவர் வரை எப்படி சொல்றே!" என்று கேட்டார்...

இனியாள்...

அம்மா... ரொம்ப ஆச்சரியப்படாதீங்க... கூகுள் பண்ணேன். என்றான் சொற்சிற்பி...

கண்ணதாசன் குறிப்பிட்ட நாலு குணங்கள் - அப்புறம் நான் சொல்ல வந்த குணங்கள்

1. பயந்த சுபாவம் *3.* உற்சாகமானவங்க

2. துணிந்த குணம் *4.* சோகமயமானவங்க...

நம்ம கதையில வந்த நிலாவும்... நெய்மரும் உற்சாகமானவங்க போல... என்றான் சொற்சிற்பி சரியாகச் சொன்னாய்.

இந்த நான்கு குணங்களையும் குழந்தைகள் வளரும்பொழுது நான்கு மாசத்துலேயே கண்டுபிடிச்சு சொல்லலாம்னு ஜெரோம் காகன் (Jerome kagan) என்கிற... ஹாவோர்டு யுனிவெர்ஸிடி புரபெஸர் சொல்லி இருக்கிறார். *25.2.2019*ல் அமெரிக்காவில் பிறந்த இந்த

மனோதத்துவ நிபுணருக்கு இப்போ வயசு 90. இவரது ஆராய்ச்சி குழந்தைகளுடைய மனப்பாங்கு குறித்தது.

Kagan - temperament என்கிற யு ட்யூப் பதிவேற்றம் மூலமாக, பச்சிளங் குழந்தைகளைக் கொஞ்சிப்பேசும் இந்த உளவியலாளரை இனியாள் பார்த்தார் நீங்களும் பாருங்களேன்!

அம்மா...

அப்போ இந்த குணங்கள் வாழ்நாள் முழுவதும் இப்படியே இருந்துடுமா?

என்று கேட்டான் சொற்சிற்பி...

அட...

அப்படிச் சொல்லலை காகன் சார். சுற்றுப்புற சூழ்நிலையும், மரபு குணமான பண்புகள் மீது குறிப்பிடத் தகுந்த அளவு தாக்கம் செலுத்து கிறது. அதனால வளர்க்கப்படுகிற விதம் காரணமாக... குழந்தைகளின் குணங்களில் மாற்றம் வருகிறது என்று சொல்கிறார். என்றார் இனியாள்...

"ஆமாம்மா, சரிதான்... நம்ம அப்பாவோட காலேஜ்ல படிச்சவங்க, நிறைய பேர், நிறைய மாற்றங்கள் அடைஞ்சிட்டாங்க - அப்படீன்னு பழைய மாணவர் சந்திப்புல பேசிக்கிட்டாங்க"

என்றான் சொற்சிற்பி...

"அம்மா! எனக்கும் தெரியும், இவன் அவங்க தொப்பையைச் சொல்றான்"

என்றான் இளங்கன்று...

"ஷ்ஷ்ஷ்... அதில்லடா"...

என்ற சொற்சிற்பி, தொடர்ந்து, கேட்டான்

"அம்மா, போன கதையில செய்தித்தாளில், ஜெர்மனியின் மிகப் பிரபலமான உளவியல் பொருளாதார தத்துவ பேச்சாளர் ரால்ப் டொபெல்லி பத்தி பார்த்தீங்க. இந்தமுறை அமெரிக்க குழந்தை வளர்ப்பு நிபுணர் காகன் பற்றி எங்கே பார்த்தீங்க?"

"டேனியல் கோல்மேன், தன்னோட, 'எமோஷனல் இன்டெலிஜென்ஸ்', புத்தகத்தில் இவரைப்பற்றி எழுதியிருக்கார் சொற்சிற்பி"

என்றார் இனியாள்...

"அம்மா... நெய்மர் கதையிலே... வர்ற நிலா... குறும்புக்காரப் பெண்ணாவே வளர்வாளா?"

அம்மா இந்த கதை முடியப்போகுது போல...

எதாவது கேள்விக்குப் பதில் பாக்கி இருக்கா?"

என்றான் இளங்கன்று

நீங்களே சொல்லுங்களேன்...

அச்சம், நாணம், மடம், பயிர்ப்பு என்பனவற்றை நான்கு குணங்கள் என்று சொல்வார்கள்...

"நிமிர்ந்த நன்னடை நேர்கொண்ட பார்வையும்
நிலத்தில் யார்க்கும் அஞ்சாத நெறிகளும்...
திமிர்ந்த ஞானச் செருக்கும் இருப்பதால்
செம்மை மாதர் திறம்புவதில்லையாம்"

என்கிற பாரதி வரிகளே பெண்மையின் குணங்களாய் நான் சொல்வேன் என்றார் இனியாள்... நிலா.. இந்தப் பண்புகளைப் பெற்று... பெரிய பெயர் பெறுவாள்.

அற்புதம் அம்மா என கைதட்டினர் சொற்சிற்பியும் இளங்கன்றும்... அடுத்த கதையைப் பார்ப்போம்.

10. சைக்கோ நியூரோ இம்யுனாலஜி

10.1. "மனசறிஞ்ச ரூ"

சாப்பாட்டு நேரத்துல... எல்லாரும் ஒன்றாக சேர்ந்து... டீ.வி யெல்லாம் அணைச்சிட்டு... தண்ணீர், பொரியல், உப்பு, சைடு டிஷ்... எல்லா வற்றையும்... எடுத்து வெச்சிட்டு... சாப்பிடும் பொழுது... சம்பாரோ... சாதமோ... சரியான அளவு.. 'மனசறிஞ்சு' ன்னு சொல்றாங்களே அதை மாதிரி பரிமாறுவது ஒரு கலை தெரியுமா?...உங்க பாட்டி... எப்பவுமே... இட்லி... போதுங்களா...

சாம்பார் ஊத்தட்டுங்களா... ன்னு கேட்கமாட்டா...

இட்லி வெச்சுக்கோங்க... என்று தட்டுமேல... கொண்டு வருவாப்ல... என்று வழக்கம்போல... தன்மனைவி புராணத்தை சொல்லிக் கொண்டிருந்தார் வெள்ளை வேந்தர். அவருக்கு பாட்டி பரிமேலழகியை மிகவும் பிடிக்கும்... அவருக்கு மட்டுமல்ல... எங்கள் குடும்பம் சுற்றம் எல்லாருக்கும் என்பாள் நிலா!

தாத்தா... அதே மாதிரி மனசறிஞ்சு நடக்க இப்போ... 'ரூ' ஆலயும் முடியுமாம்... தெரியுமா... பதினைந்து இலட்சம் பேர்... சொல்றாங்களாம் என்றான் கவிஞன்...

"யார்றா அது 'ரூ'...ருக்குமனியா...? பதினைந்து இலட்சம் பேரா..." என்று வியந்தார் வெள்ளை.

அப்பா... அது ரூ... Ruuh ருக்மணியில்ல... ஒரு 'சாட்பட்' Chatbot... புதுசா மைக்ரோசாஃப்ட் கம்பெனி காரங்க... உருவாக்கி இருக்கிற ஒரு ஏ.பி.ஐ (API) அப்ளிகேஷன் புரோகிராமிங் இண்டெர்ஃபேஷ்... இதன் மூலமாக... மனிதர்களுடன் இயல்பான தகவல்தொடர்பு முறை களை பயன்படுத்தி தகவல் பரிமாற்றம் பண்ண முடியுமாம்,

"இட்லி வெச்சுக்கோங்க..."

இது மாதிரியான, அன்புகலந்த தகவல்கள் இதுவரைக்கும் பத்து கோடி... அனுப்பிடுச்சாம்...

"ஒரு ஃபோட்டாவை பார்த்தே..."

"ஏன் சிரிக்கிற..."

"ஏன் சோகமா இருக்கிறே!"

"சூடா ஒரு கப் காஃபி ஆர்டர் பண்ணவான்னு எல்லாம் கேட்குமாம்..."

என்றார் எழில்செல்வன்... அடேங்கப்பா... கம்ப்யூட்டர் கஞ்சி ஊத்துதா?

"கலிகாலம்டா!"

என்றார் வெள்ளை!

"ஆஹா... தாத்தா டென்ஷனாகிட்டார்... தாத்தா கவலைபடாதீங்க எங்கம்மா... குறள் சொல்லி வளக்கறாங்க... ஆயிரமாவது குறள்லே...

"பண்பிலான் பெற்ற பெருஞ்செல்வம் நன்பால்
கலம்தீமை யால்திரிந் தற்று..."

என்று செஞ்சுரி அடிச்ச நூறாவது அதிகாரத்துல வள்ளுவர் சொன்னது மாதிரி...

"எவ்ளோ சிறப்பான API ஆக இருந்தாலும் அது அன்பு, நேசம், நேர்மை, தூய்மை, கருணை போன்ற நாள் குணம் உள்ளவங்க கையில் இருக்கணும் அந்த பண்புகள் இல்லாதவங்க கிட்ட அது கிடைச்சா... நல்ல பொருளான பால்... கெட்ட, கழுவாத அழுக்கான பாத்திரத்தில் ஊத்துனா கெட்டுப் போகிற மாதிரி... தீமையாக போயிடும்கிறது, மைக்ரோசாஃப்ட்டுக்கும் தெரியும் தாத்தா"...

என்றான் அறிஞன்

"நல்லாச் சொன்னடா; என் வெல்லக்கட்டி... சரி சரி... எல்லோரும் வாங்க... இட்லி சாப்பிடலாம்"

என்றாள் ஒளிவிழி!

அனைவரும் மகிழ்வோடு உணவு உண்ண சென்றனர்.

10.2. மனசுக்கு மருந்து போட முடியுமா:-

'மனசறிஞ்ச ரூ' கதையை ஒரு நாளிதழுக்காக... இனியாள் 2018-ல் எழுதினார் நல்லவேளையாக... அதை வெளியிட இருந்த நண்பர், மறந்து போய்விட்டதால்... இப்போ... அதைக் கொஞ்சம் மெருகேற்றி எமோஷனல் இன்டெலிஜென்ஸ் புத்தகத்திற்கு இனியாள் அதை பயன்படுத்த உள்ளார்.

2019ல் இந்த 'ரூ' கதையை... அவர் இளங்கன்றுக்கும், சொற்சிற்பிக்கும் படித்துக் காட்டினார்...

பட்டாசைப் பற்றவைத்தார் என்று கூட சொல்லலாம்...

'மனசறிஞ்ச' என்ற ஒரு சொல்லில் இருந்து மனசு என்றால் என்ன? அதை அறிவியல் அறிஞ்சிருக்கா? மனசுக்கு இட்லி மட்டுந்தான் வைக்க முடியுமா?

சட்னி... ஹஹா... அதாவது மனசுக்கு மருந்து போட முடியுமா?

பள்ளிக் கூடத்திலே நிறைய மனசுக் காயங்கள் ஏற்படுது... சிவப்பு ரிப்பனை, தலையில், சடையில் கட்ட மறந்துட்டு போனால் வெளியில் நிக்க வைப்பாங்க என்று என் தோழி ஒருத்தி கலவரமாகிறாள்?

நீல கலர் கால்சட்டையை... ஸ்போர்ட்ஸ் தினத்தன்று காணோம் என்று அண்ணனும் தம்பியும்... நீதான் எடுத்து வெச்சிருக்கே! என்று அரைமணி நேரம் காரசாரமாக... கருத்துப் பரிமாற்றம் செய்து... கண்ணீரில் முடிகிறது... ரூ (Ruuh) மாதிரி ஒரு மெஷின் இருந்தா... மனசைப் புரிஞ்சுகிட்டு நல்ல வகையில பதில் சொல்லி சமாதானம் செய்து வைக்கும்.

என்று நீளமாக பேசினான் சொற்சிற்பி...

இனியாள் சிரித்துக்கொண்டே.... மனசுக்கு மருந்து போடறதைப் பத்தி சைக்கோ- நியூரோ-இம்யூனாலஜி என்று ஒரு அறிவியல் படிக்கிறது... இதை அமெரிக்க உளவியலாளர் ஆரம்பிச்சு வெச்சார்... அவர் யாரு தெரியுமா...?

என்று கேட்டுவிட்டு அவர் நிறுத்தவே இல்லை...

"வீட்ல நடக்கிற, பள்ளியில நடக்கிற சின்னச் சின்ன எமோஷனல் குளறுபடிகள் படிப்பை நிறையவே பாதிக்குது"

என்று நிறுத்தினார்...

"அம்மா... சைக்கோ அப்படின்னு ஆரம்பிச்சு நீளமா எதோ சொன்னீங்களே... அது என்ன?

ஸ்கூல் குழந்தைகளை இப்படி கிரேக்க லத்தீன் மொழிகளை வெச்சு பயமுறுத்தலாமா... புரியறா மாதிரி வழக்கமா நீங்க சொல்வீங்களே அப்படி ஒரு எடுத்துக்காட்டுடன் சொல்லுங்க?"

என்றான் இளங்கன்று!

"சரி... தங்கம் அப்படியே சொல்றேன்..." என்றவர்... ஒரு விநாடி கூட யோசிக்கவில்லை...

"இப்ப ஒரு கேள்வி கேட்கிறேன்... சிம்பிள் கேள்வி... சரியா?" என்றார்.

"சரி... ரொம்ப சிம்பிளா? இருக்கணும்... சைன்டிஸ்ட் பேரெல்லாம் கேட்டு பயமுறுத்தக் கூடாது..."

சரி கேளுங்க...

சொற்சிற்பி... ஆர்வமானான்...

"அட... பயமுறுத்த இல்லை அறிவியலறிஞர்கள் பெயர். அவர் களுடைய பெயரைச் சொன்னால் தான் நம் புத்தகத்தை படிப்பவர்கள் நேரிடையாக... மேலும் ஆச்சரியமான உண்மைகளை தெரிந்துகொள்ள உதவியாக இருக்கும்..."

சைக்கோ நியூரோ இம்யூனாலஜியை ஆரம்பிச்சு வைச்சவர் Robort Ader இராபர்ட் ஏடர் (20.2.1932 to 20.12.2011). இவர் ஒரு அமெரிக்க உளவியலாளர் மற்றும் கல்வியியலாளர். அமெரிக்காவிலுள்ள ராசெஸ்டர் பல்கலைக் கழகத்தில் பேராசிரியராக பணியாற்றி உள்ளார். "மூளை, பண்பு, மற்றும் எதிர்ப்புச் சக்தி" என்கின்ற தலைப்பிலான மருத்துவ உளவியல் ஆராய்ச்சிப் பத்திரிக்கை ஒன்றைத் தொடங்கி நடத்தி வந்துள்ளார். சைக்கோ நியூரோ இம்யூனாலஜி என்கிற சொல்லை கடந்த 1980லேயே இவர் முதல் முதலாக அமெரிக்க "உள்ள உடல்" ஆராய்ச்சிக்கழகக் கூட்டத்தில் தலைமையுரை ஆற்றும்பொழுது பயன்படுத்தியுள்ளார்.

இவருடைய யு ட்யூப் வீடியோவை பார்க்க முடிகிறது இவரது அரிய மருத்துவ முக்கியத்துவம் வாய்ந்த... மனசுக்கும் முக்கியத்துவம் வாய்ந்த கண்டுபிடிப்பைப் பற்றி இன்றைய அறிவியல் உலகம் அதிக ஆர்வம் காட்டி வருகிறது. டேனியல் கோல்மென் உடைய

புத்தகத்தில்... மனசும் மருந்தும்... குறித்து அற்புதமாக இராபர்ட் ஏடருடைய Psychoneuro Immunologyயை குறித்துத் தெரிந்துகொள்ள தூண்டும் வகையில் செய்திகளை கொடுத்து இருக்கிறார்.

10.3. மகிழ்ச்சியா? வருத்தமா?

எமோஷனல் இன்டெலிஜென்ஸ் குறித்த இந்தப் புத்தகத்தில் பள்ளிக் குழந்தைகள் நூறுக்கு நூறு வாழ்வில் வாங்குவதற்கான வழிகளைப் பற்றித்தான் எழுத வேண்டும் என்று ஆசைப்பட்டார் இனியாள். ஆனால் இப்பொழுது... அறிவியலறிஞர்கள் பெயரை எல்லாம் சேர்த்து எழுதி அமெரிக்கா, பாவ மன்னிப்பு பழைய படம் என்று பெரியவங்க படிக்கிற மாதிரியாக புத்தகம் போகிறதே! என்று பலரும் ஆச்சரியப்படலாம்.

இந்த காரணத்தினால்தான்... இனியாள் எழுதிய பல கட்டுரை களும் கதைகளும்... நிறைய நாளிதழ்களின் கண்களுக்குக் கொண்டு போகப்படாமல் நின்று போயின...

அதில் இனியாளுக்கு... மகிழ்ச்சியே...

இதை பகுதி **10.2** லும் முதல் பத்தியில் சொல்லி இருந்தோம்.

என்னங்க இது... பொதுவாக இந்த இடத்தில் வருத்தமே! வர வேண்டும் ஏன் மகிழ்ச்சியே! என்று வந்துள்ளது.

அது... தட்டச்சுப் பிழை அல்லங்க... உண்மைதான்

காரணம் இருக்கிறது. அதைப் பிறகு சொல்கிறோம்...

10.4. பெரியதும் சிறியதும். மனசில்

முதலில் குழந்தைகள் இலக்கியமும் பெரியவர் இலக்கியமும் குறித்து... அதற்கு வேறுபாடுகள் இருந்தாலும்... அறிவியலில் அதன் எல்லைக்கோடுகள்... பெரிய தொல்லைக்கோடுகள் இல்லை என்பதை கீழ்க்கண்ட எடுத்துக்காட்டுகளால் அறியலாம். அதற்காக, பல இருந்தாலும்... அவற்றில் ஒன்றல்ல இரண்டு வாதங்களை வைக்கிறோம்.

ஒன்று: டி.என்பிஎஸ்ஸி யு.பிஎஸ்ஸி தேர்வுகளுக்கு பெரியவர்கள் படிக்கிறார்கள்... அவர்கள் படிக்கின்ற புத்தகங்களில், ஒரு முக்கிய பங்கு... பள்ளிப் பாட புத்தகங்கள் ஆகும். ஆக, பெரியவர்கள் குழந்தை களுடைய பாடங்களைப் படிக்கிறார்கள்.

இங்கே, குழந்தைகள், பெரியவர்கள் புத்தகத்தைப் படிக்காவிட்டாலும் பெரியவர்கள் இதைப் படிப்பார்கள். எனவே எமோஷனலாக நூற்றுக்கு நூறை எல்லாரும் படிக்கலாம்.

இரண்டாவது வாதம்...

ஐன்ஸ்டைன் சொல்லியிருக்கார்...

ஒரு ஆறு வயது குழந்தைக்கும் புரிகிற மாதிரி... ஒரு அறிவியலறிஞர் அவரது ஆராய்ச்சியை விளக்க முடியவில்லை, என்றால்... அவர் அறிவியலறிஞரே இல்லை! என்று...

அந்த வகையில் பார்க்கப் போனால்... நமது எமோஷனல் இன்டெலிஜென்ஸ்... மனசறிஞ்சு... இட்லி பரிமாறுகிற சமாச்சாரம்... எல்லாம் குழந்தைகள் மேட்டர்தான்... இப்படியாக இனியாள்... தன் சொந்தக் கதையைச் சொல்லிக்கொண்டு இருக்கும்பொழுது...

இளங்கன்று தடுத்தான்...

அம்மா ஆ ஆ ஆ ...

நீங்க சொல்ல வர்றதச் சொல்லாம விடமாட்டீங்களாம்மா?

சைன்டிஸ்ட் நேம் வேண்டாம்னா... விடலையே... சரி ஓகே... சொல்லிக்கோங்க... ஆனால் இந்தக் குழந்தை இலக்கிய மேட்டர் எல்லாம்... இடைச்செறுகல் முதல்ல எல்லாம் கேள்வி கேட்டுட்டு வழிமாறிப் போவீங்க... இப்ப என்னடான்னா? கேள்வி கேட்கிறேன்? என்று சொல்லிவிட்டு ஊர் சுற்றிக் காட்டிக்கொண்டு இருக்கிறீர்கள்.

அது சரி... குழந்தை மனசோடு இருப்பது நல்லது என்று பெரியவங்க... சொல்வாங்க... பெரியவர்கள் என்பவர்களும் வளர்ந்த குழந்தைகள் தான்! என்று... ஸ்டீவன் கோவே சொல்லியிருக்கிறார்... என்ற இனியாள், மீண்டும் விட்ட இடத்திற்கும் போகிறார்.

உங்களுக்காகவும் வாசகர்களுக்காவும்... நாங்க எங்கே காத்திருக் கிறோம் என்று அடையாளம் காட்ட ஒரு சின்ன ஃபிளாஷ் பேக்... சைக்கோ நியூரோ இம்யூனாலஜியை மிக எளிதாகப் புரிந்து கொள்ள ஒரு சிம்பிள் கேள்வி... கேட்பதாக இனியாள் கூறினார்.

அங்கே இருந்து அமெரிக்க உளவியலாளர் இராபர்ட் ஏடரிடம் சென்றோம்.

இனியாள்... இடைமறித்த சொற்சிற்பியைப் பார்த்து சிரித்தார்...

சரிடா கண்ணா... இதோ அந்தக் கேள்வி...

10.5. ஆரம்பம் அட்டகாசம்:-

வாய்ப்பு 'அ'

எதாவது ஒரு கருத்தை, புத்தகத்தைப் படிக்க ஆரம்பிக்கும் பொழுது... உதாரணமா சைக்கோ நியூரோ இம்யூனாலஜி பற்றி படிக்கத் தொடங்கும் பொழுது... நமக்கு இது ஈசியாக புரியும்... நாம அறிவுக் கூர்மை

உள்ளவங்க... நாம இதுமாதிரி பல விசயங்களைப் படிச்சவுங்க... அப்படீன்னு நினைச்சு ஆரம்பிச்சாப் புரியுமா?...

(அல்லது)

வாய்ப்பு 'ஆ'

அட... சாமி...

இது என்ன இவ்ளோ நீளமா? இருக்கு...

இது எங்கே நமக்குப் புரியப்போகுது!

அப்படீன்னு நினைச்சுட்டுப் படிச்சால் புரியுமா?

என்று கேட்டார் இனியாள்!

அம்மா... இது ரொம்ப எளிமையான கேள்வியாகத் தெரிகிறது... உள்ளுவதெல்லாம் உயர்வுள்ளல்... என்று வள்ளுவர் சொன்னபடி நம்மால... படிக்க முடியும்... என்கிற எண்ணத்தோடுதான்... நாம படிக்க ஆரம்பிக்க வேண்டும் என்றான் இளங்கன்று.

மிகச் சரியாகச் சொன்னாய் இளங்கன்று இதைத்தான் சைக்கோ நியூரோ இம்யூனாலஜி சொல்கிறது. உளவியலறிஞர்கள் சொல்கிறார்கள். என்றார் இனியாள்.

அதாவது... உடல் முழுமையுமிருக்கும் மனம் என்று கூட இதைச் சொல்லலாம். உடம்பின் மூளை என்கிற பெயரைக்கூட டேனியல் கோல்மேன் புத்தகத்தில் பயன்படுத்தி இருக்கிறார். முன்பு ஒரு எடுத்துக்காட்டு சொன்னோம்... தன்னிடம் அப்டமன் கார்டு (abdomen guard) இருக்கிறது என்ற நினைப்பில் விளையாடிய கிரிக்கெட் ஆட்டக்காரர் அந்த பாதுகாப்பு இல்லாத நிலையில் கூட தனது நம்பிக்கை உள்ள மனதின் ஆற்றலால்தான் ஆடி உள்ளார்.

அம்மா இதைப்பற்றி... நம்பிக்கை உயிரியல்... The Biology of Belief *என்கிற புத்தகத்தில் இருப்பதாக (*Bruce Lipton *எழுதியது) நீங்கள் பல முறை சொல்லி இருக்கிறீர்கள் இப்போ... எமோஷனல் இன்டெலி ஜென்ஸ் கோணத்தில் சொல்கிறீர்கள்.*

என்றான் சொற்சிற்பி...

ஆமாம் சொற்சிற்பி...

நம்பிக்கையோடு ஒரு செயலைச் செய்யும்பொழுது... அந்த செயல் வெற்றிகரமாக அமையும்படி செய்யப்படாவிட்டாலும்... அந்த நம்பிக்கை மட்டுமே... செயலை ஜெயமாக்கிவிடுகிறது! என்பதுதான் இந்த சைக்கோ நியூரோ இம்யூனாலஜியின் தத்துவம்! என்றார் இனியாள்.

10.6. வெறும் நம்பிக்கை போதுமா?

அம்மா நீங்க சொன்னது கேட்க நன்றாக இருந்தது ஆனாலும் இன்னும் ஒருமுறை கேட்கணும் போல இருக்குது என்றான் இளங்கன்று.

ஆமாம் இளங்கன்று. இது மனிதர்கள் மட்டுமல்ல முதலில் எலிகளிலும் - ஏடர் இதைக் கண்டறிந்தாராம். அதற்குரிய சோதனை ரொம்ப எளிமையானது. அதைச் சொல்லவா?

என்றார்...

சொல்லுங்க...

அதைக் கேட்க ஆர்வமாக உள்ளோம்

என்றனர் குழந்தைகள்.

இந்த சோதனை 1974-ல் அமெரிக்காவில் நடந்தது. இதைப்பற்றி தெரிஞ்சுக்கொள்ளும் முன்பு T செல் என்பது எதிர்ப்பு சக்தியைக் கொடுக்கக் கூடிய இரத்த செல்கள் என்று தெரிஞ்சுக்கணும்.

ஆராய்ச்சியாளர்கள் ஒரு எலி குழுவை எடுத்துக்கிட்டு அவங்களுக்கு குடிக்கிற தண்ணீரில் T செல்லை குறைக்கிற மருந்தையும், இனிப்பையும் கலந்து கொடுத்தாங்க.

“ஐயோ பாவம்”

என்றான் இளங்கன்று.

“அந்த எலிகளோட எதிர்ப்பு சக்தி குறைஞ்சிடுமே!”

“அம்மா”

“அது தப்பு இல்லியா?”

என்றான் இளங்கன்று.

உண்மையே, அதனால் தான்...

“இப்போ இது போன்ற ஆராய்ச்சிகளை பல கட்டுப்பாடுகளுடன் சில வேளைகளில் செயற்கை நுண்ணறிவைப் பயன்படுத்தி கணினி மூலமா செய்யறாங்க!”

சரி நாம... ஆராய்ச்சிக்குப் போவோம்.

அந்த எலிகள் கொஞ்ச நாள்... மருந்து கலந்த நீரை குடித்த பின்னாடி... அவங்களுடைய எதிர்ப்பு சக்தி குறைஞ்சிடுச்சு. அதை பரிசோதனை முடிவுகள் தெரிவிச்சது. இதில் பெரிய ஆச்சரியம் இல்லை. ஆனால்...

கொஞ்ச நாட்கள் கழித்து...

அந்த எலிகளுக்கு வெறும் இனிப்புத் தண்ணீர் மட்டும் கொடுத்தாங்க. எந்த மருந்தும் கலக்கவே இல்லை.

ஆனால் இந்த முறையும் அவைகளோட T செல் குறைஞ்சிது.

எலிகள் மனசுல இனிப்பான நீரால் நமக்கு சிக்கல் வரும்னு நினைச்சதுதான் காரணம் என்று முடிவு பண்ணாங்க.

ஆச்சரியமாக இருக்கே...

ஆக மொத்தம்... தண்ணீரை மருந்தாக நினைச்சுக் குடித்திருக்கின்றன எலிகள்...

“நினைப்புத்தான் பொழப்பைக் கெடுக்குதாம்”

என்று ஒரு கிராமத்துப் பழமொழி உண்டு! அந்தப் பழமொழி நமக்கெல்லாம் என்ன பெருசா நல்லது நடந்துறப் போகுது!

என்கிற எண்ணமாக இருக்கும்!

நல்லா இருக்கீங்களா? என்று கேட்டால்...

10.7. தேர்வு... சோதனை வாய்ப்பா... சாதனை வாய்ப்பா?

ஏதோ இருக்கேன் என்று சொல்லாமல்... எக்கச்சக்கமாக சந்தோஷமாக இருக்கிறேன் என்று கூறினால்... என்ன நடக்கிறது என்று பார்ப்போம்!

தேர்வு வருகிறது என்றால்...

தேர்வு வருகிறது என்று எண்ணாமல்

வாய்ப்பு வருகிறது என்று எண்ணுவதால்

வெற்றி வருகிறது...

இப்படியே யோசித்தீர்களேயானால்...

இனியாளின் கட்டுரைகள், கதைகள் குழந்தைகளுக்கானவைகளாக இல்லை என்று நிராகரிக்கப்பட்டதற்கு

மகிழ்ச்சி அடைந்ததன் சூட்சுமம் இதுதான்...

பொதுவாக மாணவர்கள் எதிர்காலம் ஒளிமயமாக இருக்கும் என்கிற எண்ணத்துடன் உழைக்க வேண்டும்!

சிகப்பு ரிப்பன் கட்டாம... போனால் வெளியே நிற்க வைக்கிறது? எவ்ளோ நேரம் என்றார் இனியாள்?

அம்மா இன்னும் அதை ஞாபகம் வச்சிருக்கீங்க...

ஊதா கலரு ரிப்பன்... மாதிரி சிவப்பு ரிப்பன் மேட்டரும்... பேமஸ் ஆகப் போகிறது...

சிவப்பு ரிப்பனை கட்டலன்னா... பிரேயர் டைமில் வெளியே தனியா நிற்கணும் அவ்ளோதான்... அது கொஞ்சம் அவமானமா... ஃபீல் ஆகும்ல...

என்றான் சொற்சிற்பி

10.8. அவமானமா... சன்மானமா?

அட... நீ... வேற... சின்னச் சின்ன விஷயங்களை எல்லாம் அவமானங்களா எடுத்து மனம் குமைந்து போகக்கூடாது... உதாரணமா...

ஹோம் வொர்க் பண்ணலன்னா... என்று இனியாள் ஆரம்பிக்கும் முன்பு

“அய்யோ”... என்று அதிர்ந்தான் இளங்கன்று...

“முடியவே முடியாது... ஆசிரியர் திட்டுவார்” என்று பதறினான்.

“அட இந்த அளவு கவலைப்பட வேண்டாம் அடிக்கடி ஹோம் வொர்க் பண்ணாமல் அவமானப்பட்ட ஒருத்தர்...”

நோபல் பரிசு வாங்கியிருக்கார்...

மனித மனங்களின் இயல்பு பற்றின மாபெரும் உண்மையைக் கண்டுபிடிச்சவர்.

அம்மா அடுத்த அறிஞரா? என்றான் இளங்கன்று.

தம்பி ஆமாண்டா... ஆனால் இவர் கண்டுபிடிச்ச விஷயம் சூப்பரானது... மூனே எழுத்துதான்...

மூன்றெழுத்தில் என் மூச்சிருக்கும் மாதிரி...

அதென்னம்மா... என்றான் சொற்சிற்பி...

‘நட்ஜ்’ என்றார்... இனியாள் அம்மா நட்ஜ் என்றால் என்ன? என்றான் சொற்சிற்பி... மனிதர்கள் அவர்களின் நன்மைக்காக முடிவெடுப்பதை எளிமையாக்கச் செய்கிற செயல்கள்... என்று எளிமையாக நட்ஜை (nudge) சொல்லலாம்.

அம்மா அடுத்து நாங்க என்ன கேட்போம்?

“என்றான் இளங்கன்று”.

எடுத்துக்காட்டுதானே... இந்த முறை நான் தருகிற எடுத்துக்காட்டு எங்கம்மா கொடுத்த ‘நட்ஜ்’ஞ்அது நான் சின்ன பொண்ணா ஹைஸ்கூல் படிச்சப்போ நடந்தது.

எனக்கு தேங்காய் பருப்பி ரொம்ப பிடிக்கும். அம்மா அருமையா செய்வாங்க... நெய் மணக்க...

அது எவ்வளவு செய்தாலும் கண் முன்னாடி வைச்சா... ஒரே நாளில் காலி பண்ணிடுவேன்...

அதனால... மறைச்சு பல பாத்திரங்களில் மாற்றி மாற்றி ஒளித்து வைச்சு... ஒரு வாரத்திற்கு அப்பப்போ கொடுப்பாங்க. இனிப்பை அளவுக்கதிகமாக சாப்பிடாமல் செய்த nudge அது. இது போல... ஷாப்பிங் மால்களில் கண்ணில் படுவது போல நல்ல உணவுப் பொருட்களை அடுக்கினா அது சிறப்பா விற்குமாம்... என்றார் இனியாள் அம்மா... பருப்பி... மேட்டருக்கு நோபல் பரிசா...

அவர் பெயர் என்ன...?

என்று கேட்டான் சொற்சிற்பி...

10.9. ரிச்சர்ட் தேலர்

ரிச்சர்ட் தேலர் என்பது அவருடைய பெயர். இவரது நட்ஜ் புத்தகம் குறித்து ஏற்கனவே "பயணம் திறந்த இதயம் - மசூரி ஐ.ஏ.எஸ் பயிற்சி" என்கிற புத்தகத்தில் படித்தது உண்டு.. எழுதியது உண்டு... அதாவது அவரைப் பற்றிப் படித்து எழுதியது உண்டு... அதாவது அவருடைய புத்தகங்களையும், இணையதள யு ட்யூப் வீடியோவில் அவர் பேசுவதைக் கேட்ட பிறகு, அவரைப் பற்றிப் படித்து எழுதியது என்று வைத்துக் கொள்ளலாம்.

நூற்றுக்கு நூறு போன்ற புத்தகங்களுக்காக உழைக்கும் பொழுது யாருக்குப் பலன் கிடைக்கிறது? என்று கேட்டால்... படிப்பவர்களுக்கும் எழுதிய இனியாளுக்கும் என்று சொல்லலாம்.

10.10. வீட்டுப்பாடமா நோபல் பரிசா?

இந்தப் புத்தகம் எழுதப்படுகின்ற சமயத்தில்தான் ஃபிரிக்கோனாமிக்ஸ் ரேடியோவில்... ரிச்சர்டு தேலரை பேட்டி கண்டார்கள். அதில் அவர் தான்... பள்ளிக்காலத்தில் வீட்டுப்பாடம் செய்வதில் தாம் ஆர்வம் காட்டியதில்லை என்று கூறினார். அவரது சொந்தக் குரலில் நீங்களும் அதை காதார கேட்கலாம்.

ரிச்சர்ட் தேலர் (12.9.1945ல் பிறந்த அமெரிக்க பொருளாதார நிபுணர். பழக்க வழக்க அறிவியல் பாடப்பிரிவில் வகுப்பெடுக்கும்

சிகாகோ பல்கலைக்கழகத்தின் புகழ்பெற்ற பேராசிரியர். உளவியலுக்கும் பொருளாதாரத்திற்கும் பாலம் கட்டிய கண்டுபிடிப்பிற்காக 2017-ல் இவர் நோபல் பரிசு பெற்றார்.

இந்தப் புத்தகத்தைப் படித்துக்கொண்டு இருக்கிற அனேக மாணவர்கள் மகிழ்ச்சி அடைகிற அதே நேரத்தில் நிறைய ஆசிரியர்களும் பெற்றோர்களும்... என்னங்க இது...

வீட்டுப்பாடம் கூட செய்ய வேண்டியதில்லை... என்று சொல்லி விட்டால் எப்படி?

ஏற்கனவே... வாண்டுகளை உட்கார்ந்து படிக்க வைக்க நிறைய போராட்டமாக இருக்கிறது என்று மைண்ட் வாய்ஸ் மூலமாக கேட்பது புரிகின்றது.

வீட்டுப்பாடம் முக்கியமா? நோபல் பரிசு முக்கியமா?

என்று நீங்களே முடிவு செய்துகொள்ளுங்கள்.

நமது முடிவுகள் எமோஷனலாக இருக்கும்! என்பதற்கு மேற்கண்ட ஒரு உதாரணமே போதும்... என்றார் இனியாள்.

எப்படிம்மா? என்றான் சொற்சிற்பி!

ரிச்சர்ட் தேலர்... ஒரு நோபல் பரிசுபெற்ற உளவியலாளர். இன்னும் பல நோபல் பரிசு பெற்றவர்கள் இருக்கிறார்கள். அவர்கள் வீட்டுப்பாடம் செய்தார்களா? என்று பார்க்க வேண்டும். டேனியல் காஹ்னிமேன் சொல்கிற சிஸ்டம் ஒன் திங்கிங் காரணமாக நாம் படக்கென்று, வீட்டுப் பாடம் செய்யவேண்டாம் என்று முடிவெடுத்துவிட கூடாது. என்றார் இனியாள். உங்க கேரக்டரையே... புரிஞ்சுக்க முடியலையேம்மா? என்றான் இளங்கன்று!

ஹ.ஹ.ஹா... நீ "கேரக்டர்" என்று (சொல்லும்பொழுது கேரக்டர் லேப் (character lab) ஞாபகம் வருகிறது என்றார் இனியாள்.

10.11. கேரக்டர் லேப்

சொற்சிற்பி ஆச்சரியமானான். அம்மா... எங்க ஸ்கூலில் பிஸிக்ஸ் லேப்... பாட்டணி லேப் உள்ளது சில பள்ளிகளில் கணித லேப் உள்ளது... அது என்ன? குணநலன் ஆய்வகம்! என்று பொருள்படும் 'கேரக்டர் லேப்' என்பது புதிதாக இருக்கிறதே என்று கேட்டான்.

சொல்றேன் கண்ணா... சொல்வதற்கு முன்னால் ஒரு கேள்வி? என்றார் இனியாள்.

கேள்வி கேட்டாலே... நீங்க பதில் சொல்லப் போறீங்க என்றுதான் பொருள் என்று உற்சாகமானான் இளங்கன்று...

சீக்கிரம் கேளுங்க...

கேள்வி என்ன என்றால்...?

'அ' வாய்ப்பு

நம்முடைய குறிக்கோள் என்பது... நீண்ட கால ஒன்றாகவும்... சிறிது சிறிதாக உழைத்துச் சேகரித்து அடையக்கூடிய ஒன்றாகவும் தியாகங்கள் அவசியப்படக்கூடிய ஒன்றாகவும் அமைய வேண்டுமா?

அல்லது...

'ஆ' வாய்ப்பு

அப்போதைக்கப்போதே... சட்டென்று அடையக்கூடியதாகவும், உழைக்காமல் உடனே அனுபவிக்கத் தக்கதாகவும், எதையும் இழக்காமல் எட்டிப்பிடிப்பதாகவும் இருக்க வேண்டுமா? இதை ஊரில்... "நோகாம நொங்கு தின்றது" என்பார்கள்.

அம்மா... நல்ல கேள்வி கேட்டீங்க...

முதலில் உள்ளது நல்லது என்று தோன்றுகிறது. ஆனால் இரண்டாவது உள்ளது ரொம்ப பிடிச்சிருக்கு... என்ன செய்வது? என்றான் சொற்சிற்பி...

சரியாகச் சொன்னாய் சொற்சிற்பி... நல்ல குறிக்கோள்கள் மிகவும் சிறப்பான முயற்சியை கொண்டே எய்தப்படுகின்றன. விடாமுயற்சி மன உறுதியில் இருந்தே பிறக்கிறது. வெற்றி மீதிருக்கின்ற ஆர்வம்... உற்சாகம் மிகுந்த தாகம்... இவையெல்லாம் மனஉறுதி (Grit) என்கிற பண்பைக்கொண்டே படைக்கப்பட்டுள்ளன.

10.12. ஏஞ்சல்

Grit - மனஉறுதி என்கின்ற புத்தகத்தை எழுதியவர் ஏஞ்சலா லீ டக்வொர்த் (Angela lee Duckworth) இவரைப் பற்றிய யு.ட்யூப் செய்தி களில், இவரே பேசும் கருத்துப் பகிர்வுகளில் நிறைய விஷயங்களை இவர் சொல்கின்றார். நாம் முன்பு கூறிய ஃபிரிக்கனாமிக்ஸ்... பதிவில் (ரிச்சர்ட் தேலர்) இவரும் பங்கு கொண்டு பேசினார். 1970-ல் பிறந்த இவர்... பென்சில்வேனியா பல்கலைக்கழகத்தில் உளவியல் பேராசிரியராகப் பணிபுரிகிறார். அசப்பில் சீன டென்னிஸ் வீராங்கனை போல இவர் உற்சாகமாக, மன உறுதியைப்பற்றிப் பேசும்பொழுது... பள்ளி மாணவர்களுக்கு இந்தத் தகவல்களையெல்லாம் கொண்டு சேர்க்க வேண்டும் என்று பேராசை எழுகிறது. மனக் கட்டுப்பாடு என்பது இவரது இன்னொரு ஆராய்ச்சிப் பகுதி ஆகும். பள்ளிக் குழந்தைகள் தங்களது மனதை எப்படிக் கட்டுப்படுத்திக்கொண்டு கீழ்வரும் காரியங்களைச் செய்யலாம்...

1. துவைக்க வேண்டிய துணிகளை அழுத்தி ஒரே இடத்தில் குவித்துவிடாமல் இருத்தல். டிபன் பாக்ஸில் இருந்த சாம்பாரும், ஊறுகாயும் துடைத்த டவலை... கொண்டு வந்து வாஷிங் மெஷினுக்குள் மற்ற துணிகளோடு மறந்து போய் துவைக்கப் போடாமல் மனதை கண்ட்ரோல் செய்து தனியாகப் பிரித்துத் துவைத்தல்.
2. உணவை உண்ணும்போது டி.வி பார்க்காமல் சிந்தாமல் சிதறாமல் உண்ணுதல். பாத்திரங்களை சாம்பாரோடு தவறவிட்டு தரைமீது கோலம் வரையாமல் இருத்தல்.
3. டி.வி பார்க்கும் பொழுது முதுக்குத்தண்டுவடத்தை வளைத்து காலை டைனிங் டேபிள் மீது வைத்து சர்க்கஸ் செய்யாமல் பார்ப்பது.
4. காலை அம்மா உசுப்பாமல் நேரத்தில் எழுந்து, பலமுறை சொல்லாமல் படபடவெனக் குளித்து, கையில் கரியாகாமல் ஷூ பாலிஷ் முன்பே போட்டு,

தேடாமல் சாக்ஸ் - போட்டு. ஓடிப்பிடித்துத் திணிக்காமல் உணவுண்டு உரிய நேரத்தில் பள்ளி வாகனத்தைப் பிடிப்பது...

இவைகளைப் போலவே, சின்னச் சின்னதாய், மனக்கட்டுப்பாடுகள் தேவைப்படும் சம்பவங்களில் இருந்து இன்னும் பல நிகழ்வுகளைக் குறித்து பகுதிபகுதியாகப் பிரித்து விளக்கம் தருகிறார் ஏஞ்சலா அவர்கள் யு. ட்யூபில்...

ஃபிரிக்கோனாமிக்ஸ் ரேடியோவில், இவர், பேசும்பொழுது... மனக்கட்டுப்பாடு என்றால்? அது எதற்குங்க? மனக்கட்டுப்பாடு உள்ளவங்க? என்ன சந்தோசமாவா இருக்காங்க? மனசைக் கட்டுப் படுத்துகிறோம்! என்று சொல்லிவிட்டு...

10.13. மனசைக் கட்டுப்படுத்தினா சந்தோஷம் எப்படி வரும்?

1. ஒரு புதுப்படம் ரிலீஸானா போகாம!
2. ஒரு நாளு கிழமை என்றால் ஊர் சுத்தாம
3. பார்ட்டி, கொண்டாட்டங்கள், கிரிக்கெட் மாட்ச் என்று வெகுநேரம் கண்விழிக்காம
4. இன்டெர்நெட்... செல்போன் என்றும் வீடியோ கேம் பப்ஜி... என்றும்... கால நேரம் கணக்கில்லாமல் கண்ணை கசக்கிட்டு நிக்காமல்...

மனசைக் கண்ட்ரோல் பண்றவங்க... சந்தோசமாவா? இருக்காங்க? என்கிற கேள்விக்கு நம்மகிட்ட கூட... நல்ல பதில் இருக்கா? தெரியலை என்றார் இனியாள். அதானே... நினைச்ச பொழுது நினைச்சதை செய்யறவங்க தானே சுதந்திரமா? சந்தோஷமாக இருக்கிறாங்க... டேனியல் காஹ்னிமேன் சொன்ன எக்ஸ்பிரீயன்ஸிங் செல்ஃப் என்கிற அனுபவிக்கும் மனசு அவ்வப்போது சொல்றதுதானே சந்தோஷம்? என்று கேட்டான் இளங்கன்று!

ஏஞ்சலா மேடம் சொல்கிற விளக்கம் மிகவும் அருமையாக இதை பொருத்தமாக விளக்குகின்றது ஒப்புக்கொள்ள வைக்கிறது வைக்கின்றது என்றார் இனியாள்.

அந்த விளக்கத்தையும்! அதனோடு சேர்த்து... முன்பு சொன்னீங்களே கேரக்டர் லேப்... என்று அது என்ன என்பதையும் சொல்லுங்க?

என்றான் இளங்கன்று!

இரண்டும் நெருங்கிய தொடர்பு உள்ளதுதான். ஏஞ்சலா டக்வொர்த்... தலைமை செயல் அலுவலராக உள்ள இலாப நோக்கமில்லாத குழுமம் தான் 'கேரக்டர் லேப்' என்பது. அதில் நல்ல பண்புகளான மனக் கட்டுப்பாடு, மன உறுதி என்பதைப் பற்றியெல்லாம் ஆராய்ச்சி செய்து நல்ல கருத்துக்களை அறிவியல்பூர்வமாக கண்டுபிடித்துச் சொல்வது தான் நோக்கம்.

முன்பு எழுதிய பயணம் திறந்த இதயம் புத்தகத்தில் மார்ஷ்மெல்லோ சோதனை குறித்து எழுதி இருந்தோம். சந்தோஷத்தைத் தள்ளிப்

போடுவது என்பது மனக்கட்டுப்பாட்டுக்கு மிகவும் உதவியாக இருக்கக் கூடிய ஒரு பண்பு, அதைப்பற்றியும் ஏஞ்சலா பேசியுள்ளார்.

மனதைக் கட்டுப்படுத்துவது என்பதன் பொருள் தன் சொற்படி மனம் தன் செயல் அமைவதுதான். உதாரணமாக உடற்பயிற்சி செய்ய குறிப்பட்ட நேரத்தில் செல்லவேண்டும் என்று தன் மனதே (விரித்துரைக்கும் மனது - Narating self - டேனியல் காஹ்னிமேன்) சொல்வதை தானே கேட்டு நடந்துகொள்வதுதான்.

பேனாவை தொலைக்கவே கூடாது!

என்று தானே முடிவெடுத்துச் சொன்னதை தானே மறந்துவிட்டுத் தொலைப்பதைத் தவிர்ப்பது, தான்... மனக்கட்டுப்பாடு... இப்படிச் சின்னச் சின்னதாகத்தான் மன உத்தி கட்டமைக்கப்படுகின்றது. ஐஸ்க்ரீம் இருந்தாலும்... பாகற்காய் தானாகவே போட்டுச் சாப்பிடுவது மனக்கட்டுப்பாடு. அம்மா தட்டில் போட்டபிறகு... மறைவாக டஸ்ட் பின்னில் கொட்டுவது என்பது... புறக்கட்டுப்பாட்டை புறக்கணிப்பது.

கேரக்டர் லேப் மற்றும் பிற உளவியல் ஆராய்ச்சி முடிவுகள் சொல்வது என்னவென்றால் குணநலன்களை... கொஞ்சம் கொஞ்சமாகப் பயிற்சி கொடுத்து மேம்படுத்திக்கொள்ள முடியும், என்பதே! ஆகும். என்றார் இனியாள்.

"அம்மா நீங்க சொல்வதால் நம்பிக்கை வருகிறது".

"நானும் எதிர்காலத்தில் என்ன ஆவேன் என்று ஒரு இலக்கை வைத்து... அதை நோக்கி முன்னேறுவேன். இலக்கை மட்டும் அல்லாமல் பயணத்தையும் நேசிப்பேன்!"

என்றான் சொற்சிற்பி.

அதற்கான மன உறுதியை (Grit) உன்னுள் நிலைக்க வைக்க ஒரு தாயாக என்னால் இயன்றதைச் செய்வேன்!

என்றார் எமோஷனலாக,... இனியாள்.

*****

"அம்மா... நாம மனசறிஞ்ச ரூ... கதையில... வந்த மனசு! என்கிற சொல்லை வைத்து... மனசுக்குத் தகுந்த மாதிரி உடல் மற்றும் மனசுக்கு வைத்தியம் செய்யறத பத்தி பேச ஆரம்பிச்சோம்... அங்கே இருந்து மன உறுதிக்குப் போனோம்... அதிகமாக பேசிவிட்டோம் என்று நினைக்கிறேன். ஒரு கதைக்கு ஒரு கருத்து ஒரு அறிஞர் சொன்னால் தானே! ஞாபகம் வைக்க... சரியாக இருக்கும்"

என்றான் இளங்கன்று...

"டேய் தம்பி..."

"என்னடா... நீ கேட்குற..."

"கேட்கிறது ஈஸி"... இந்த மாதிரி... எமோஷனல் இன்டெலிஜென்ஸ்ல லேட்டஸ்டா நடக்கிற சமாச்சாரங்களையும்... சுமார் இரண்டாயிரம் வருஷம் முன்னாடி எழுதப்பட்ட திருக்குறளில் சொல்லப்பட்டு இருக்கின்ற உன்னதமான கருத்துக்களையும் அவற்றினுடைய சாயல்கள்... நல்லா ஞாபகம் வைத்துக்கொள்கின்ற வகையில் இணைச்சு சொல்லப் பட்டுள்ளது. அதிலும் நீ 1:1 என்று கணக்குப் போட்டு மெட்டுக்குப் பாட்டு எழுதுகிற மாதிரி பொருத்தமாகத் தான் சொல்லணும் என்று சொன்னால்... அம்மாக்கு சிரமமாக இருக்காதா?

என்று கேள்வியோடு அம்மாவைப் பாராட்டி முடித்தான் சொற்சிற்பி.

"ஒரு சிரமமும் கிடையாது. இயற்கையாகவே! சென்ற வருடம் எழுதிய கதைகளில்... அதில் வந்திருக்கிற குறள்களில் சொல்லப் பட்டுள்ள கருத்துக்கள் இந்த வருடம் 2019-ல் நாம் விவாதிக்கின்ற எமோஷனல் இன்டெலிஜென்ஸ் கருத்துக்களுக்கு தகுந்த வண்ணம்தான் அமைந்து இருக்கிறது. பாருங்கள்; நாம் மன-உறுதி குறித்து ஏஞ்சலா டக்வொர்த் அவர்களின் கேரக்டர் லேப் மூலம் தெரிந்துகொண்டோம் அல்லவா"...

என்று கேட்டார் இனியாள்...

"ஆமாம்மா..." என்று மகிழ்ச்சியுடன் இளங்கன்று... சிரித்தான்.

"நீங்கள் எவ்வளவு கருத்துக்களை வேண்டுமானாலும் சொல்லுங்க... கூடவே கதைகளையும் சொல்லுங்க... இரண்டுமே பிடிச்சிருக்கு"

என்று சந்தோசப்பட்டான்.

"அம்மா அடுத்த கதை என்ன" என்று கேட்டான் சொற்சிற்பி.

"அடுத்த கதையிலே, மிக மிக முக்கியமான நட்பு குறித்த ஒரு கருத்தைப் பார்க்கப் போகிறோம்..."

அது என்ன? என்றால்...

சின்னச் சின்ன கருத்து வேறுபாடுகளை மறந்து... எப்படி விலகிச் சென்றவர்களைக் கூட... விட்டுக்கொடுக்காமல் நட்புப் பாராட்டுவது? என்பதைப் பற்றிப் பார்க்கப் போகிறோம்! என்றார் இனியாள்... வாருங்கள் நாமும் பார்க்கலாம்...

11. நட்பின் பெருமை

11.1 எதிரணியா? எதிரியா?

உங்களோட பேசிப் பேசி.. கொஞ்சம் கொஞ்சமா... எனக்கே... ஃபுட்பால் ஃபீவர் வந்துடும்போல இருக்கு... என்றாள் பரிமேலழகி... வயது எழுபதைத் தொட்டுக்கொண்டிருந்தது...

அது இரஷ்யாவில் 2018-ல் உலகக்கோப்பை நடந்துகொண்டு இருந்த சமயம். பரிமேலழகியின் குடும்பத்தில்... அதுகுறித்த அழகான விவாதங்கள் வழக்கமாக நடக்கும் என்பது நாம் அறிந்ததே...

இன்று இப்படி... ஆரம்பித்திருக்கிறது...

"அம்மா உங்களுக்கென... ஒரு பொன்மொழி உண்டு... கேளுங்க... வயதாகிவிட்டால் விளையாடுவதில்லை என்பது பொய் விளையாடாத தால் வயதாகிவிட்டது!, என்பதே மெய்! விளையாட்டு மனசிலதான் இருக்கு என்றார் எழில்.

அதானே... கொலின்டா கிராபர் கிட்டாரோவிக்... மாதிரி நானும்... கால்பந்தை நேரில போய் பார்க்கலைன்னாலும்... பத்திரிக்கைகளிலாவது படிச்சுக்கிறேன்"... என்றாள் ஒளிவிழி... "யாரும்மா அது மெலின்டா கேட்ஸ்... தெரியும்... ஆனா கொலின்டா... போட்டோகிராஃபர் மாதிரி கிராபர்... அப்புறம் கிட்டத்தட்ட... கிட்டாரோவிக்"

என்று பெயரைப் பிரித்து நிமோனிக்ஸில் நுழைத்து ஞாபகம் வைக்க முயற்சி செய்து கொண்டே கேட்டான் கவிஞன்.

அதான் கவிஞன்... ஒரு வாட்ஸ் ஏப் வீடியோ பார்த்தோமே... குரோஷியா அணி காலிறுதியில் வெற்றிபெற்ற பிறகு... அவங்களை ஒவ்வொருத்தரா உணர்ச்சிகரமா பாராட்டினாங்களே... அந்த நாட்டோட குடியரசு தலைவிடா... என்றார் எழில்செல்வன்.

இப்போ செமிஃபைனல் வரை குரோஷியா வந்தாச்சு... அடுத்து பிரான்ஸ் பெல்ஜியம் மேட்ச் நாளை 10.7.18 ல்... நடக்குது... எதிர் டீம் ஆளை நண்பனாக்கிக்கிறது நம்ம டீம் ஆளுக்கு உதவி செய்வதைக் காட்டிலும், சிறந்ததுதான்... என்று பெல்ஜியம் காரங்க நினைக்கிறாங்க என்றாள் நிலா...

ச்சே ச்சே.. எதிரிக்கு எப்படி நண்பனாவான் ஒருத்தன் அது துரோகமல்லவா என்றான் கவிஞன்.

"அட, ஆயாச்சே," என்றாள் நிலா...

ஏதிரணி... எதிரி அல்ல... என்று தலைப்பைச் சொன்னாள்...

பெல்ஜியம் அணியோட உதவி பயிற்சியாளர் பெயர்... தியரி ஹென்றி. இவரு கடந்த இருபது வருஷம் முன்பு *1998*-ல் உலகக் கோப்பைய, வென்ற பிரான்ஸ் டீமோட ஸ்டார் பிளேயர் தெரியுமா? என்று சொன்னாள்... பிரான்ஸுக்காக அதிகபட்ச கோல்களை அடிச்ச தியரி இப்போ எதிரணிக்கு பயிற்சி கொடுக்கிறார்.

"ஓ மை குட்னஸ்", என்றாள் ஒளிவிழி...

தியரி ஹென்றியோட தியரி சரியில்லையே... பிராக்டிக்கலா பிரச்சினைதான் என்றான் கவிஞன். *1998* இல்... அவரோட கேப்டன் டெஸ்ச்சேம்ப்ஸ்... ஆனா இப்போ டெஸ்ச்சேம்ப்ஸ்... பிரான்ஸ் கோச். அதாவது, தன்னுடைய கேப்டனாக இருந்தவர் பயிற்சி கொடுக்கிற அணியை எதிர்த்து விளையாடுகிற அணிக்கு தியரி ஹென்றி பயிற்சி கொடுக்கிறார். தர்ம சங்கடம்... தான்...

ஹ ஹா அவருக்கென்ன தெரியும்? இப்படி ஒரு சூழ்நிலை வரும்னு... ஆனா தியரி எல்லாம் சரிதான்... அவரு பேரோட ஸ்பெல்லிங் Theory இல்ல Thierry Henry வள்ளுவரோட கருத்தும் இதுதான்... என்றார் எழில்...

"இதெல்லாமா?... வள்ளுவர் சொல்லியிருக்கிறார்... அவரு ஃபுட்பால் விளையாடியிருப்பாரா?" என்றாள் நிலா... குறும்பாக...

"அவருடைய திருக்குறள் வாழ்வின் எல்லா இடங்களிலும் புகுந்து விளையாடும்மா... ஃபுட்பால் எம்மாத்திரம்..."

என்ற, எழில்...

நட்டார்க்கு நல்ல செயலின் விரைந்ததே
ஒட்டாரை ஒட்டிக் கொளல்... 679

என்று குறளை சொன்னார்... எல்லோரும் வியந்தனர் இன்றைய ஆட்டம்.. எதிரெதிர்... அற்புதமே!...

இந்தக் குறளுக்கு இரண்டு அர்த்தங்கள் வந்துவிடும். நண்பர்களைப் பேணுவதைக் காட்டிலும், எதிரியை நண்பனாக்குவது நல்லது என்று ஏடாகூடமாக, பொருள் கொண்டுவிடக் கூடாது. நாடியவர்களுக்கு நன்மை செய்ய வேண்டும் அதைவிட விரைவாக... ஒட்டாமல் நிற்பவர் களை... நாமே சென்று பேசி... அவர்களையும் நம்மோடு நட்புடன் இருக்குமாறு செய்ய வேண்டும். பகைமை பாராட்டுவதால் எந்தப்

பலனும் இல்லை! அது ஆற்றலை வீணாக்கும் வழியாகும் என்று பொருள் கொள்ளலாம்.

விளையாட்டை உதரணமாகக் கொண்ட இந்தக் கதையில் எதிரணியினரை எதிரிகளாகப் பார்க்க வேண்டியது இல்லை என்பதைப் புரிந்துகொள்கின்றோம்.

11.2. மனசுப் பாலம்

"அம்மா... இதுவரை வந்த கதைகளில்... எதிரணியா... எதிரியா கதை கொஞ்சம் மாறுபட்டு இருக்கிறது? அது எப்படி என்று சொல்லுங்கள் பார்க்கலாம்"

இந்தக் கேள்வியைக் கேட்டது... இளங்கன்று...

"அடேங்கப்பா... ஆரம்பமே அமர்க்களமா இருக்கே...

எதிரணியா... எதிரியா? கதையில... விவரத்தைச் சொன்னேன். பொதுவா... இதுவரை அம்மாதான்... கேள்வி கேட்டு... விளக்கம் சொல்வாங்க... ஆனால் இப்போ இளங்கன்று ஒரு நல்ல கேள்வியைக் கேட்டிருக்கான்... பார்ப்போம்...

என்ன சொல்றாங்க"

என்று...

என்று சொல்லிக் கூர்ந்து கவனித்தான் சொற்சிற்பி...

இனியாள் ரொம்பவும் மகிழ்ந்து போனார்... நன்றாக யோசித்துப் பார்த்தும் தெரியாததால்... நீயே சொல்லுப்பா... என்று கூறினாள்... அம்மா... மற்ற அத்தியாயங்களில் மன உறுதி, சிஸ்டம் ஒன், டூ யோசனைகள், தோல்விச்சார்பு இவையெல்லாம் உளவியல் சார்ந்து உள்மனசுக்குள் நடப்பவை... இந்த கதையில வந்து இருக்கிற 'நட்பு' என்கிற உணர்வு... இரண்டு மனதுகளிலும் புத்துணர்வை ஊட்ட வல்ல ஒரு பண்பு. நட்பு குறித்து நீங்க சொன்ன குறளும்... இரு மனசுகளின் இடையே தகவல் தொடர்பு எப்படி அமைகிறது? என்பதைக் குறித்துப் பேசுகிறது.

"எந்த ஒரு குழுவிலும் ஒரு சில குழந்தைகள் அல்லது நபர்கள் கொஞ்சம் ஒட்டாமல் இருக்கலாம்... அவர்களையும் அரவணைத்து நட்புப் பாராட்டி நகர்ந்து செல்வதுதான் நல்ல குணம் என்பதைத்தான் இந்தக்குறளின் வழியாக சொல்லி இருக்கிறீர்கள். அதாவது மனசுகளுக் கிடையே பாலங் கட்டுவது குறித்துப் பேசுகிறோம். திருவள்ளுவரும் ஆழ்ந்த உளவியல் தத்துவங்களை அசராமல் இரண்டு வரிகளில் சொல்லியிருக்கிறார்"

என்று பெரிய உரையாற்றினான் இளங்கன்று!

"புலிக்குப் பிறந்தது பூனையாகுமா?"

என்று கேட்டு மகிழ்ந்தார் இனியாள்!

இந்தக் குறளைப் பொருத்தவரை இளங்கன்று எல்லாவற்றையும் சொல்லிட்டான். நான் அலெக்ஸித்தைமா என்கின்ற ஒரு சொல்லை மட்டும்... 'ஒட்டாதவர்' என்கிற வார்த்தையோடு ஓட்ட வைக்க வேண்டும் அவ்வளவே... என்றார் இனியாள் அலெக்ஸித்தைமாஞ் என்றாள் என்னம்மா? என்றான் இளங்கன்று ஒருவரால் தன்னுடைய அல்லது பிறருடைய உணர்வுகளைப் புரிந்துகொள்ள முடியாமல் போனால் அந்த நிலையை அலெக்ஸித்தைமா என்று சொல்கிறோம்.

'அலெக்ஸித்தைமா' இருக்கிறவங்களால தன்னுடய உணர்வை வெளிக்காட்டவும் அடுத்தவங்க உணர்வுகளை, வைத்து அவங்க என்ன சொல்ல வர்றாங்கன்னு தெரிஞ்சுக்கவும் முடியாமப் போவதால அவங்களுடன் நட்புப் பாராட்ட நாமதான் அவங்களைப் புரிஞ்சு நடக்கணும்"

என்றார் இனியாள்.

"சரிங்க அம்மா... ஒட்டாரை ஒட்டுவோம்"

என்றான் சொற்சிற்பி.

"ஆமாம் கண்ணா...

நட்பு என்ற பசை போட்டு நன்றாக ஒட்டுவோம்!"

என்று கூறினார்... இனியாள்.

"அம்மா... அடுத்து நாம என்ன கருத்தைத் தெரிந்துகொள்ளப் போகின்றோம்!"

என்று கேட்டான் இளங்கன்று...

அம்மா.. என்றழைக்காத உயிரில்லையே! என்ற திரைப்படப் (பாடம்: மன்னன், வருடம்: 1992, எழுதியவர்: வாலி இசை: இளையராஜா, பாடியவர்: K.J. யேசுதாஸ்) பாடலில் வருகிறது கீழ்க்கண்ட வரி...

"விலை மீது விலை வைத்துக் கேட்டாலும் கொடுத்தாலும்"

கடைதன்னில் கிடைக்காத பொருள்...

அதுதான்... தாயன்பு... அது மட்டும் அல்ல சுற்றத்தினர் நம்மீது வைத்திருக்கும் அன்பும் அப்படிப்பட்ட ஒன்றே...

அதையும் எமோஷனல் இன்டெலிஜென்ஸ் எப்படி கவனிக்கிறது... எக்கனாமிக்ஸ் எப்படிப் பார்க்கிறது? என்றுதான் அடுத்து நாம் பார்க்க உள்ளோம்..."

என்றார், இனியாள்.

12. இருந்தாலும் இல்லாவிட்டாலும் உதவும்

12.1. சுற்றம் அடிக்கும் சிக்ஸர்!

"நான் ஒரு தடவை சொன்னா; நூறு தடவ சொன்ன மாதிரி!"

இந்த டயலாக் திரைப்படத்தில் பார்த்திருப்பீர்கள் அப்படி கையை ஒரு சுழற்று சுழற்றி... ஒருவருக்கொருவர் கத்திச்சண்டை போடுவது போல்... ஆனால் தொடாமல் ஒரு அடி இடைவெளியில் ஒரே சமயத்தில்... கைவிரல்களை மடக்கியும் கிட்ட வரும்பொழுது நீட்டியும் சில விரல்களை மட்டும் விரித்து எண்ணிக்கைகளை காட்டிக்கொண்டு இருந்தனர் நிலாவும்... கவிஞனும்...

அது ஒரு காலை நேரம்...

சுமார் ஏழரை மணிக்கு... சூரியன்... இன்றைக்கு உங்களைச் சூடாகத்தான் வைப்பேன்... என்று சொல்லிக்கொண்டிருந்தாலும்... மனம் குளிர்ந்து புன்சிரிப்புடன் பள்ளி செல்ல, பேருந்துக்காக நின்றிருந்தார்கள் இரண்டு குழந்தைகளும் அவர்களின் அப்பா எழிலோடு...

இது என்ன விளையாட்டு? என்றார்...

சட்... சட் என்று நம்பர்களை கூட்டியும் துள்ளிக் குதித்தும் ஆர்வமாக விளையாடிக்கொண்டு இருந்தவர்களைப் பார்த்துக் கேட்டார்... எழில்.

"அப்பா... இதுதான் கை கிரிக்கெட்..."

என்றான் கவிஞன்...

உலகக்கோப்பை கிரிக்கெட் 2019, ஜூலை 4-ல் நடந்து கொண்டு இருப்பதால் ஆர்வமாக குழந்தைகள் விளையாடிக்கொண்டு இருந்தனர். இதில் பத்து ரன் வரை ஒரே பந்தில், அடிக்கலாம்... மாற்றுத் திறனாளிகளுக்கு... சைகை மொழி காட்டுவது போல... அவர்கள் விரல்களை சாய்த்து மடக்கி விரித்து... விளக்கம் கொடுத்தனர். இந்த விளையாட்டு; தான், குழந்தையாக இருந்து பொழுது இல்லையே! என்று ஆச்சரியப் பட்டார் எழில்!

அதே ஆச்சரியத்தோடு... குழந்தைகளை அனுப்பிவிட்டு வீடு திரும்பினார்... ஒளிவிழி தன்னுடைய அலுவலகம் செல்ல தயாராகிக் கொண்டிருக்க... கை கிரிக்கெட் பற்றி கூறினார்...

சென்ற ஆண்டு... பிரக்னானந்தா PRAGGNANANDHAA குறித்து உலகே உன்பேர் உச்சரிக்கும் என்று ஒரு குறள் கதை வந்திருந்தது... அது சதுரங்க ஆட்டக்காரர்... இளம் கிராண்ட்மாஸ்டர் குறித்தும் அவர் எட்டுமணி நேரம் பயிற்சி மேற்கொள்வது குறித்தும் சொல்லியது. அந்த விளையாட்டு உட்கார்ந்து விளையாடுவது... இந்த கை கிரிக்கெட்டும் அமர்ந்தே ஆடலாம் போல... என்றார் ஒளிவிழி... இந்த விளையாட்டு இருப்பதே பல பேருக்குத் தெரியாது என்றார், வெள்ளை வேந்தர்.

அவர் பேப்பர் பார்த்துக்கொண்டு அமர்ந்திருந்தார். அதே மாதிரி தான்... பெரிய விளையாட்டு வீரர்கள் மற்றும் அறிவியல் அறிஞர்களைச் சுற்றிலும் இருப்பவர்கள் குறித்து வெளியே தெரியாது.

12.2. எதிர்பார்க்காத பாசம்

கேட் ராவொர்த் (Kate Raworth) என்கின்ற பொருளாதார வல்லுனர் குடும்பத் தலைவிகள்... பணிக்கு செல்லாத காலங்களில்... இல்லத்தரசிகள் பொருளாதாரம் மற்றும் வாழ்க்கைக்கு அளிக்கிற பங்களிப்பு... பண மதிப்பில் மாற்றி அளந்தறியப்படும் பொழுது, வியக்கத்தகுந்த அளவு உயர் மதிப்பாக அது இருக்கும் என்கிறார்.

இவருடைய "டோனட்" எக்கானமிக்ஸ் குறித்து 'வடையனாமிக்ஸ்' என்ற தலைப்பில்... "பயணம் திறந்த இதயம்" மசூரி ஐ.ஏ.எஸ். பயிற்சி- என்ற புத்தகத்தில் இதே ஆசிரியர் எழுதியுள்ளார் பாசம் அப்படியானது,

உதாரணமாக... குழந்தை அழும்போதெல்லாம் ஆறுதல் தருவதற்கு என்ன ஊதியம் தருவது...?

அது எதனால் அழுதது என்று துப்பறிபவருக்கு... எவ்வளவு ஃபீஸ் கொடுப்பது?

விளையாட்டு வீரர்கள் குழந்தைகளாக இருக்கும்பொழுதிருந்து அன்போடு அரவணைத்த குடும்ப உறுப்பினர்கள் அந்த ஆட்டக்காரர் களின் மனநிலையில் பெரும்பங்கு வகிக்கிறார்கள். அதற்காக பலமணி நேரங்களை தியாகம் செய்கிறார்கள். ஆட்டக்காரர்கள் மனஉறுதி இழக்கும் தருணங்களில் கூட உடனக்குடன் சில நுணுக்கமான நேர்மறைத் தகவல் களைச் சொல்லி தூக்கி நிறுத்துகிறார்கள்.

இந்த மாதிரியான சுற்றத்தினரின் பங்களிப்பை திருவள்ளுவர்... தமது அதிகாரம் 53 குறள் என் 522-இல் சொல்லி இருக்கின்றார்.

விருப்பறாச் சுற்றம் இயையின் அருப்பறா
ஆக்கம் பலவும் தரும்! 522

என்கிற குறளில்.. அன்பு நீங்காத உறவினர் ஒருவருக்கு அமைந் திருந்தால்... அவருக்கு ஒருநாளும் குறையாத செல்வங்கள் உண்டாகும்! என்று பொருள்படுகிறது, என்றார் வெள்ளை வேந்தர்.

ஆக, நம்மைச் சுற்றி இருக்கும் குழந்தைகள் வளர முயற்சி செய்யும் பொழுதே அவர்களின் எதிர்கால சாதனைகளை மனதில் வைத்து அன்பும் அரவணைப்பும் கொடுத்தால் நன்றாக வருவார்கள் என்றுகூட வைத்துக் கொள்ளலாம் என்றார் எழில்...

இதுவரையில் அமெரிக்கப் பேராசிரியர்கள் நிறைய பேரை, இந்தப் புத்தகத்தில்... நாம் சந்தித்தோம். ஆனால் இந்தக் கதையில் சந்தித்த Kate Raworth கேட் ராவொர்த் அவர்கள் இங்கிலாந்தைச் சேர்ந்த பொருளாதார வல்லுனர்.

இவர் ஆக்ஸ்போர்டு மற்றும் கேம்ப்ரிட்ஜ் பல்கலைக் கழகங்களில் பணியாற்றியுள்ளார். மனிதனின் அத்தியாவசிய தேவைகளையும் இந்த பூமியின் வள எல்லைகளையும் குறித்துப் பேசி வருகிறார்.

எந்த எதிர்பார்ப்பும் இல்லாமலும்... அன்பு செலுத்தலாம்! என்று சிரித்தார் ஒளிவிழி! சாயந்திரம் அவங்க திரும்ப வந்ததும் நானும் கை கிரிக்கெட் கத்துக்கப்போறேன்! என்று சிக்ஸர் அடித்தார்... பரிமேலழகி! அனைவரும் மகிழ்ந்து சிரித்தனர்!

12.3. கெமிஸ்ட்ரி வொர்க் அவுட்

இனியாள்... 'சுற்றம் அடிக்கும் சிக்ஸர்' கதைகளை... சுடச்சுடச் சொல்லி முடித்தார்...

எட்டுமணி நேரம் பயிற்சி செய்வார்... பிரக்னானந்தா என்று கேள்விப்பட்டுள்ளோம்... நல்ல 'Grit' இருக்க வேண்டும். ஏஞ்சலா டக்வொர்த் (Angela Duckworth) சொன்ன மாதிரி... என்றான் சொற்சிற்பி...

அவர் எட்டுமணி நேரம் பயிற்சி செய்யும் பொழுது... அவருடைய சுற்றம்? எப்படி இருக்கும்? என்றான் இளங்கன்று?

அதுதானே... கன்று... நீ எப்பவும் பாயிண்டை (Point) பிடிப்பாய் என்பது எங்களுக்குத் தெரிஞ்சது தானே! எமோஷனல் இன்டெலிஜென்ஸ் என்பது ஒருவழிச்சாலை அல்ல. "இரண்டு நபர்கள் சந்திக்கையில்... இரண்டு வேதிப்பொருட்கள் 'சந்தித்துக்கொள்வது போல. அவர்களின் உள்ளங்களுக்கிடையே வேதிவினை நடைபெறுகிறது. சந்திப்பு முடிந்த பிறகு இருவருமே பழைய நிலையில் இருப்பதில்லை."

என்று இனியாள் கூறினார்.

அம்மா... என்ன சொல்ல வருகிறீர்கள்? என்றான் சொற்சிற்பி. வேதிவினை அது இது என்றால்... சினிமா வசனம் போல 'கெமிஸ்ட்ரி வொர்க் அவுட்' என்றா... பேசுகிறீர்கள்?

இனியாள் சிரித்துக்கொண்டே பதில் சொன்னார்...

அதை வைத்து ஞாபகம் வைத்துக் கொண்டாலும் சரிதான். ஆனால் இந்தக் பொன்மொழியைச் சொன்னவர் கார்ல் யுங் *(Carl Gustar Jung, 1875-1961 ஜெர்மனி)* என்பவர்... இவர் மிகப் பிரபலமான உளவியலாளர். என்றார்.

அம்மா... அவர் சொன்னது நிஜம்! நாம் இரண்டு பேர் சந்திக்கும் பொழுது மூளையிலும் உடலெங்கிலும் முகத்திலும் வேதிப் பொருட்கள்தான் தான் நரம்பு மண்டலம் மூலம் இரசாயன மாற்றங்கள்

நிகழ்த்துகின்றன. நீங்க ஹோமோ ட்யூஸ்- Homo Dues புத்தகத்தில்கூட மனிதர்கள் கரிம - அல்காரிதங்கள் (organic algorithms) என்று சொல்லி யிருப்பதாக சொல்வீங்களே! அல்காரிதம் என்றால்... கணினி பயன் படுத்துகிற ஒரு முடிவுகளை எடுக்க உதவக்கூடிய பகுப்பாய்வுப் பணிப் பாதை ஆகும். இச்சொல் இடைக்காலத்தில் அராபிய மொழியில் கணக்கில் சிறந்து விளங்கிய ஒருவரின் பெயரில் இருந்து வந்திருக்கலாம், என்று சொல்கிறார்கள்.

என்றான் சொற்சிற்பி!

ஆமாம் சொற்சிற்பி... நீ சொல்வது சரிதான்.

மேற்கண்ட "சுற்றம் அடிக்கும் சிக்ஸர்" கதையில... எவ்வளவு மணி நேரம் ஒரு சாதனையாளர் படிக்கிறாரோ? அதைவிடவும் கூடுதலாக... அவருடைய சுற்றத்தார் அவங்களுக்காக உதவி செய்கிறார்கள்! என்கிற உண்மையைச் சொல்கிறோம். மனதளவில் அவங்களுக்கு ஆதரவாக இருப்பதே ஒரு தைரியம் தரும்!

இப்பொழுது மீண்டும் அத்தியாயம் 1.6 ஐ சென்று பார்ப்போம். அங்கே ஒரு கிரிக்கெட் வீரருடைய உதாரணம் கொடுக்கப்பட்டு உள்ளது.

அந்த கிரிக்கெட் பிளேயர் அணியாமல் போன, பாதுகாப்புக் கவசம் மாதிரி... சுற்றத்தார் கூட இல்லை என்றாலும் இருக்கிறார்கள் என்கிற எண்ணமே வெல்லும்... தைரியத்தை அளிக்கும்.

13. ஒவ்வொரு நொடியிலும் வாழ்வு

13.1. இரயிலுக்குள் நட்ஜ்

அம்மா நீங்க எப்படி! புது புது விஷயங்களாக எழுதறீங்க?

சொல்றீங்க...

என்றான் சொற்சிற்பி...

ஏன் அப்படிக் கேட்கிறாய்... எல்லா எழுத்தாளர்களும் புதிதாகத் தானே எழுதுகிறார்கள்? என்றார் இனியாள். இருவரும் சென்னை யிலிருந்து திருவனந்தபுரம் வரை செல்லும் ஏ.சி எக்ஸ்பிரஸில் பயணித்துக்கொண்டு இருந்தார்கள்... இளங்கன்று அருகே அமர்ந்து இருந்தான்...

இந்த நூற்றுக்கு நூறு புத்தகமே இப்படியானதொரு இரயில் பயணத்தில் தொடங்கியதுதான்...

இரெயில் பயணங்களில்... வண்டியில் ஏறியதும் எழுத்து மனதுக்குள் ஓடத்தொடங்கிவிடுகிறது.

விமானப் பயணங்களில் சொற்கள் இறக்கை கட்டிப் பறக்கின்றன...

அப்படியெல்லாம் பிரத்யோகமாக, எதுவுமில்லை...

பயணங்களில்...

எழுதுவதற்கு அமர்வது சாத்தியமாகிறது... இனியாள் இரயிலில் எழுதவேண்டும் என்கிற முடிவோடு ஏறவில்லை... முகப்பில் இருந்த கடையில் க்ரைம் மன்னன் இராஜேஷ்குமாரின் புத்தகம் கேட்டுக் கிடைக்காமல் ஃபிளாட்பாரத்திலிருந்த கடையில் வாங்கிக் கொண்டு வண்டியில் ஏறியிருந்தார்...

“இரத்தம் இல்லாத மனிதன்” என்று ஒரு புத்தகம்.

நன்றாக.. இருந்தது...

அதைப்பற்றி அப்புறம் பேசுவோம்... இப்போது சொற்சிற்பியின் கேள்விக்கு வருவோம்!

நாம் என்ன படிக்கின்றோமோ... அதை வாழ்வில் நடைபெறுகின்ற சம்பவங்களில் பொருத்திப் பார்க்கும் பொழுது சொல்கின்ற எதுவுமே திரும்பச் சொல்லப்படுவது போல இருக்காது.

ஏனென்றால் வாழ்வில் நடக்கின்ற விஷயங்கள் முதல் முறையாக நடந்தாலும் அடுத்த முறை மீண்டும் நடப்பதாக இருந்தாலும் அது பழைய மாதிரியே, நடப்பதில்லை.

வாழ்க்கை ஒவ்வொரு நொடியிலும் நிகழ்ந்துகொண்டு இருக்கிறது. 21-ஆம் நூற்றாண்டுக்கான 21 பாடங்கள் என்கிற தனது மூன்றாவது புத்தகத்தில் யுவல் நோவா ஹராரி இதைத்தான் சொல்கின்றார்.

எண்ணங்களிலும் எண்ணற்ற மாறுபாடுகள் ஒவ்வொரு மைக்ரோ விநாடியிலும் ஏற்படுவதால்... தானோ என்னவோ நினைவுகளுக்கு எண்ணங்கள் என்று பெயர் வைத்து இருக்கிறார்கள்.

13.2. தட்டில் வந்த காசு

இரயிலில் ஏசியில் பயணித்த பொழுது... உணவு பரிமாறினார்கள். மிகச்சிறப்பான சேவை... அன்னியன் படத்தில் வருவது மாதிரி இல்லாமல் உணவு சுவையாக இருந்தது...

அதற்குப் பிறகு... நட்ஜ்க்கான உதாரணம் கிடைத்தது.

உணவை உண்டுமுடித்த பின்னர், ஒரு தட்டில் சில பல நூறு ரூபாய் தாள்களை பரப்பி வைத்து... ஒவ்வொரு பணியிடத்திலும் அணுகி டிப்ஸ் கேட்டுக் கொண்டு இருந்தார்... உணவு பரிமாறியவர்.

அப்பொழுது ஒவ்வொரு பயணியும் எவ்வளவு ரூபாய் தட்டில் போட்டார்கள் என்று நினைக்கிறீர்கள்?

ஆஹா கேள்வி வந்துவிட்டது

பதிலை கவனிக்க முடியவில்லை.

போட்டவுடன் ஒருவேளை, பத்து அல்லது இருபது ரூபாய்த் தாள்களாக இருந்தால், அந்த ரூபாய்த் தாள்களை இலாவகமாக மற்றதாள்களை ஒழுங்குபடுத்துவது போல அந்த உதவியாளர் அப்புறப் படுத்தி... எடுத்துக்கொண்டிருக்க வாய்ப்பு உள்ளது.

அம்மா, இதில் என்ன 'நட்ஜ்' உள்ளது என்று தெளிவாகச் சொல்லுங்கள் என்றான் சொற்சிற்பி... சொற்சிற்பி, இங்கே பார்...

தட்டில் ஏற்கனவே நூறு ரூபாய் இருப்பதால்...

அடுத்துப் பார்க்கிற பயணிகள் அதே அளவு அல்லது அதைவிட அதிகமாக... டிப்ஸ் தரவேண்டும். என்று உளவியல் ரீதியாக தூண்டப் படுகிறார்கள்.

அதன்மூலம் இரயிலில் உணவு தருகிற சேவையைச் செய்பவர் களுக்கு நன்மை விளைகிறது. இது ஒரு உளவியல் ரீதியான தூண்டல் தானே! என்று கேட்டார் இனியாள்!

பத்து... இருபது... ஐம்பது ரூபாய்களும் தட்டில் இருந்தால்...

அடுத்து போட இருப்பவருக்கும்... அந்த அளவிலேயே தர தோன்றிவிடலாம்.

அம்மா... எல்லா இடங்களிலும்... எமோஷனல் இன்டெலிஜென்ஸ் உடைய சின்னச் சின்ன வெளிப்பாடுகளைப் பார்க்க முடிகிறதே! என்றான் சொற்சிற்பி!

13.3. சாதனை ஓட்டம்: போல்ட்

ஆமாம் சொற்சிற்பி... இளங்கன்றுவின் பள்ளி... வகுப்பில்... நேற்று ஓட்டப்பந்தைய வீரர் குறித்து ஒரு திரைப்படத்தை திரையிட்டார்களல்லவா... அதிலும் எமோஷனல் இன்டெலிஜென்ஸ் கூறுகள் அள்ளித் தெளிக்கப்பட்டு இருந்தன என்றார் இனியாள்.

ஆமாம் அம்மா... எட்டு வருட கால இடைவெளியில் மூன்று ஒலிம்பிக் பந்தயங்களில் நூறு மீட்டர், இருநூறு மீட்டர், 4x100 மீட்டர் தொடர்ஓட்டம் என்கிற மூன்று பிரிவுகளிலும் தங்கப்பதக்கத்தை வென்ற ஆக மொத்தம் தொடர்ந்து ஒன்பது ஒலிம்பிக் தங்கப் பதக்கங் களைக் குவித்த ஓட்டப்பந்தய வீரரது கதை...

அடேங்கப்பா... தொடர்ந்து ஒன்பது பதக்கங்களா? ஒரு ஒலிம்பிக்கில் மெடல் வாங்குவதே பெரிசு! அப்போ... அவர் அமெரிக்க அல்லது சீனா, அல்லது ஐரோப்பிய நாட்டை சேர்ந்தவராக இருப்பார்... என்றான் சொற்சிற்பி...

அதுதான் இல்லை... அவர் வளர்ந்து வரும் ஒரு நாட்டைச் சேர்ந்தவர்தான் ஜமைக்கா! அவரது நாடு! ஆனால் உலகமே அவரைக் கொண்டாடுகிறது... என்றான் இளங்கன்று. இது மாதிரி திரைப்படங் களை நம்பள்ளியிலும் திரையிட வேண்டும் என்று பல பள்ளிகள் முன்வந்தால்... சிறப்பாக குழந்தைகள் உணர்வுப்பூர்வமாக கற்றுக் கொள்வார்கள் அப்படித்தான் இந்திய ஆட்சிப்பணித் தேர்வுப் பயிற்சியில் செய்கின்றார்கள்...

அவ்வளவு ஏன்...?

இனியாள் ஐந்தாம் வகுப்புப் படிக்கும் பொழுது... மை டியர் குட்டிச்சாத்தான்! என்று ஒரு 3 டி திரைப்படத்திற்கு, வதம்பச்சேரி... கிராமப் பள்ளியிலிருந்தே 1984 வாக்கில்... அழைத்துச் சென்றார்கள். அதைப் பார்த்த பிறகு வந்த சந்தோஷத்தை என்னவென்று சொல்வது?

இப்பொழுதும் அந்தப்படம் மீண்டும் மாற்றங்களுடன் வெளியிடப் பட்டதாம். சினிமா... கனவுகளின் இராணி! என்று கவியரசு வைரமுத்து அவர்களின் தமிழாற்றுப்படைக் கட்டுரையில் படித்தது... சிலர் ஒப்புக் கொள்ளத் தயங்கினாலும்... அந்தச் சொற்றொடர், ஒருவகையில் உண்மையே!

சினிமாவைப் பற்றி சொல்வது இருக்கட்டும்! அம்மா... அந்த விளையாட்டு வீரர் யாருன்னே இன்னும் சொல்லலியே! என்றான் சொற்சிற்பி... ஒன்பது ஒலிம்பிக் தங்கம்... வாங்கிய மனுச சிங்கம்...

சொற்சிற்பி... அவருடைய பேரை இந்நேரம்... படிச்சிட்டு இருக்கிற எல்லோரும் யூகிச்சிருப்பாங்க...

உலகின் மிக வேகமான மனிதர்... ஆன... 'உசைன் போல்ட்' தான் அவர்... அவருடைய வரலாற்றை 2016 ல் வெளியிட்ட படம்தான் "நான் போல்ட்" என்கிற படம் (I am Bolt) அந்தப்படத்தில்... ஃபீலே உட்பட செரினா வில்லியம்ஸ் போன்ற பலர் நிஜமாகவே தோன்றி தாங்களே பேசியிருக்கிறார்கள்... போல்ட்டும்... தானே படம் முழுக்க பேசுகிறார்... இல்லையில்லை ஓடுகிறார்... ஓடிக்கொண்டே இருக்கிறார்... ஓடினார் ஓடினார் ஒலிம்பிக் சாதனையின் விளிம்புக்கே ஓடினார் என்று பராசக்தி...(1952) பட வசனம் போல சொல்லலாம்.

படத்தில் உள்ள எமோஷனல் விஷயங்களை மட்டும் தனியா வடிகட்டிக் கீழே கொடுக்கிறேன் பாருங்க என்றார் இனியாள் குழந்தைகள் அலர்ட் ஆகிப் படித்தார்கள்!

1. உசைன் போல்ட்டின் அப்பா அவரை மிகவும் ஒழுக்கமானவராக கட்டுப்பாட்டுடன் வளர்த்துள்ளார். பையனை பள்ளிக்குப் போய் கண்டித்ததை எல்லாம் பேசி சிரிக்கிறார், ஒருமுறை ஏழு மணிக்கு ஓட்டப்பந்தயம்... என்றால்...அதிகாலை 4.30 AM க்கே எழுப்பி விட்டீங்களே என்று அவங்கப்பாவைப் நேரிலேயே கிண்டல் செய்கிறார். ஆறுமணிக்கு... வாட்ச்மேன் தூங்கி எழுந்திருக்கும் முன்பே பள்ளிக்கு அழைத்துப் போனீர்களே என்ற பொழுது... இப்போ நினைத்துப் பார்த்தால் அதற்காக நீ நன்றி சொல்ல வேண்டும் என்கிறார் அப்பா. மகனின் மனதில் கட்டுப்பாட்டை உருவாக்கி உள்ளார்.
2. Glen Mills (கிளென் மில்ஸ் என்பவர் போல்ட்டின் கோச் (Coach) பயிற்சியாளர் "சுடர் விளக்காயினும் தூண்டுகோல் வேண்டும்" என்று ஒரு பொன்மொழியைத் தெரியமல்லவா?... நம் முன்னோர்கள் பொருத்தமாகச் சொல்லி வைத்திருக்கிறார்கள். கிளைன் மில்ஸ் சொல்கிறார், "கோச்சிங்... பயிற்சி" என்பது... மிலிட்டரி ட்ரெய்னிங் மாதிரி இருக்கக் கூடாது, அது போல்ட்டுக்குப் பொருந்தாது... ஏனென்றால் அவன் ஜாலியான ஆள்... எனவே...பயிற்சியாளர் போல்ட் உடன் விளையாடிக் கொண்டே பயிற்சி அளிக்கிறார்... ஆரம்ப காலத்தில் அவர் ஒரு பந்தயத்தில் ஓட ஆரம்பிக்கும் பொழுது...

ஸ்ட்டார்டிங்க் டிரபுளில்... கலங்கி நிற்கும்பொழுது... "போல்ட் நீ ஒரு சாம்பியன்" என்று சொல்கிறார்...

சிறப்பு...

நாமும்... சாம்பியன்களைப் பார்த்து இதைப் போலவே சொல்லிவிட வேண்டும் என்று கற்றுக்கொள்கிறோம்... மிகவும் எளிது... சொல்லிவிட வேண்டியதுதானே!

என்று நீங்களும் நினைக்கலாம்.

ஆமாங்க ஒப்பற்ற பயிற்சியாளர்கள் அப்படிச் செய்கின்றனர்.

இனியாளுக்கு தெரிந்து... திருப்பூர் பிஷப் பள்ளி ஆசிரியர் திரு. V. நந்தகுமார் அப்பேர்ப்பட்ட பயிற்சியாளர்... சாம்பியன் என்று சாதித்தபிறகு சொல்வது எளிது... சாதிக்கலாம் என்று ஒருவர் ஆரம்பிக்கும் பொழுதே அதைச் சொன்னால் பெரிது!

அப்படிச் சொல்கின்ற பயிற்சியாளர்கள் கிடைப்பது அரிது!

13.4. கனவுகளின் இராணி: திரைப்படம்

போல்ட்டுக்கு... பயிற்சி கொடுத்தால் அவன் எப்படி எடுத்துக் கொள்வான்! என்று மில்ஸ் உணர்ந்திருந்தது... அவரது 'எம்பதி' என்று சொல்லப்படுகின்ற 'டேனியல் கோல்மேன்' சொன்ன மூன்றாவது எமோஷனல் இன்டெலிஜென்ஸ்... பிரிவு காரணமாகவே!

உலகத் தரம் வாய்ந்த விளையாட்டு வீரர்களையும் ஒப்பற்ற கண்டுபிடுப்புக்களை நிகழ்த்திய அறிவியலாளர்களையும் தொழில் நுட்பத்தின் கரைகண்ட பிசினஸ்மேன்களையும் அவர்களின் எமோஷனல் இன்டெலிஜென்ஸ் எப்படி பில்ட் அப் ஆனது என்று தெரிந்துகொள் வதற்காக... அருகே சென்று அவர்களோடு கைகுலுக்கிப் பேசுவது போல உணரச் செய்கிறது 'நான் போல்ட்' போன்ற திரைப்படங்கள்.

இனியாளின் நண்பரொருவர் ஐ.ஏ.எஸ் அதிகாரி அவருக்கு...

"அடேய் நண்பா உன்னை வெல்வேன்"

என்கிற அண்ணாமலை படப்பாடல்... வெற்றி நிச்சயம் என்று தொடங்குவது... மிகவும் பிடிக்கும். அதை அவரே! பல இடங்களில் சொல்வதும் உண்டு. பாடுவதும் உண்டு. அந்தக் கதையில்... அண்ணாமலை என்கிற கதாநாயகன் அசோக் என்கிற நண்பனால் உசுப்பிவிடப்பட்டு அதன் காரணமாக 'எமோஷனலாக உத்வேகமடைந்து' வாழ்வில் வெல்வதாக... கதை வளரும்...

இதையே ஐ ஏம் போல்ட்டில் காணலாம். "ஜஸ்டின் கேட்லின் (Justin Gatlin)... என்கிற அமெரிக்க... ஓட்டப்பந்தய வீரர்... ஜமைக்காவில்... மருத்துவச் சான்றிதழோடு... ஓடாமலேயே ஒலிம்பிக்கிற்கு தேர்வாகி வருகிறார்களே... நாங்களெல்லாம் அப்படியில்லை... இங்கே... வருவதற்காக... போராடி... வந்து இருக்கிறோம்"

என்று... போல்ட்... காலில் ஏற்பட்ட காயம் காரணமாக... ஒலிம்பிக்கிற்கு தேர்வு பெறுவதில் சிறு சலுகைகளைப் பெற்ற போது காட்லின் கிண்டல் செய்ய... அதைக் கண்டு... போல்ட் சீற்றம் அடைந்து... போட்டியில்...

"அடேய் நண்பா உன்னை வெல்வேன்"

என்று வெல்வதாக... வரலாற்றைக் காட்டியிருப்பார்கள். இப்படி ஒவ்வொருத்தருக்கும் ஒரு உத்வேகக் காரணிகள் வாழ்க்கையில் உண்டு! என்றார் இனியாள்! ஆமாம்மா...

"அவனுக்கு, தக்க பாடம் புகட்டுவேன்!"

என்று பலர் சொல்லக் கேட்டிருக்கிறேன் என்றான் சொற்சிற்பி! சரியாகச் சொன்னாய் சொற்சிற்பி... ஆனால் ஒரு சிறிய ஆனால் முக்கியமான திருத்தம்...

13.5. எதிரி அல்ல நண்பன்

அப்படிப்பட்ட உத்வேகத்தை அளிப்பவர்களை நாம் எதிரிகளாக நினைத்துவிடக் கூடாது. இதிலும் எமோஷனல் இன்டெலிஜென்ஸ் உள்ளது. பாரதி சொன்ன... பகைவனுக்கருள்வாய் நன்னெஞ்சே! டெக்னிக்தான்... அடேய் எதிரி! உன்னை வெல்வேன் என்று பாட்டில் இல்லையே... எனவே ஒரு வகையில் நம்மை சாதிக்கத் தூண்டிய சம்பவத்திற்குக் காரணமானவர்களுக்கு... அவர் நாண நன்னயம் செய்து விடுவதும்... நாம் சாதிப்பதும் தான் நல்ல எமோஷனல் இன்டெலிஜென்ஸ் ஆக இருக்க முடியும்...

காலை ஐந்து மணிக்கு எழுந்திருக்கும் பொழுது...

கண் கசக்கி, இன்னும் கொஞ்சம் நேரம் தூங்கலாம், என்று மனசு சொன்னால், கண்ணுக்குத் தெரியாத நண்பன் எங்கேயோ? பயிற்சி செய்ய ஆரம்பித்திருப்பான். போட்டியாக படித்துக் கொண்டு இருப்பான் என்று நினைத்தால் போதும்... தூக்கம் தெளிந்துவிடும்...

ஆற்றல் ஆட்டோமேட்டிக் ஆக வந்துவிடும்! இதுவும் எமோஷனல் இன்டெலிஜென்ஸ் தான்.

என்று பதிமூன்றாம் அத்தியாயம் முடிந்தது.

அம்மா...

இந்த கதையிலே ‘நட்ஜ்’ இருந்தது... ஆனா குறள் இல்லையே என்றான் இளங்கன்று...

அடச் செல்லம்...

சரியாக கண்டுபிடித்தாயே...

அதனால்தான் தலைப்பிலே குறள் சிறுகதை போடலை அதுவுமில்லாமல் இந்த அத்தியாயத்தில் பெரிதாக கதையே இல்லை... ஒரு சம்பவம் மட்டும்தான் சொல்லிவிட்டு... அடுத்துத் திரைப்படத் திற்குப் போய்விட்டோம் அல்லவா... இதோ பார்... அடுத்த அத்தியாயத்தில்... ‘விருந்தோம்பல்’ பற்றிப் பேசுகிறோம்... திருக்குறள் அழகாக வந்துள்ளது என்றார் இனியாள்...

14. உணர்வருந்துதல்

14.1. நன்றாகச் சாப்பிடுதல்

முட்டைக்கோஸில் முட்டிக்கிச்சு!... முட்டையில்லாமல் முட்டிக்கிச்சு! என்று... கவிஞன் பாடல் பாடினான்...

முட்டைக்கோஸ் கூடவா லிஸ்டில் சேர்ந்துவிட்டது...

அது சாதாரண காய்கறிதானே... பாவக்காய் சுண்டைக்காய் என்றால் பரவாயில்லை...

கத்திரிக்காய்... கூட ஒப்புக்கொள்ளப்பட்டது...

இப்போ முட்டைக்கோஸூம் அந்த மாதிரி என்றால் எப்படி? என்று ஒளிவிழி! தடை செய்யப்பட்ட பொருட்கள் பட்டியலைப்பற்றி பேசுவதைப் போல முறையிட்டார்!

இப்போது அந்த முட்டைக்கோஸை சாப்பிடாவிட்டால்... மாலை நேரம் திரும்ப வரும்பொழுது கொடுக்கும் சாக்லேட் கிடைக்காது என்றார் ஒளிவிழி!

சாப்பிடுவது ஒரு தண்டனைக்குரிய விஷயம் என்று நிலாவின் அகராதியில் பொருள்படும் போல என்று எழில் கூறினார்... நல்லெண்ணையை கொண்டு வந்து வந்து அருகில் வைத்தார்... உன்கிற உணவுக்கும்... மனநிலைக்கும் தொடர்பு இருக்கிறதாம்! என்றார் வெள்ளை வேந்தர்... அவர் திங்கள் கிழமை 8.7.2019 ஆங்கில இந்து செய்தித்தாளைக் கையில் வைத்துப் படித்துக் கொண்டு இருந்தார்...

என்ன தாத்தா? மனசுதான் சாப்பிடுதா? என்றான் சொற்சிற்பி. நான் இங்கே சொல்ல வந்தது... சரியாக சாப்பிடாவிட்டால் மனப்பாங்கு... அதாவது ஆங்கிலத்தில் mood- மூடு பாதிக்கப்படும் என்று சொல்கிறார்கள். என்று கூறினார் வெள்ளை வேந்தர்.

அதைக் கேட்டுக் கொண்டிருந்த எழில்... உரையாடலில் கலந்து கொண்டு பேசினார்... ஆமாம்ப்பா... எங்க ஆஃபிஸ்ல கூட மேலதிகாரியைப் போய் பார்க்க போக வேணும்னா... பசி நேரத்தில போக மாட்டோம். அவர் சாப்பிட்டுவிட்டு... பிற்பகல் நேரத்தில இருக்கும்

பொது போனால்... கொஞ்சம் பொறுமையாக நாம் சொல்வதை சுமூகமாக கேட்பார்... என்றார் எழில்...

ஊர்வி ஜேகப் (Urvi Jacob) என்பவர் எழுதிய கட்டுரையில் இன்றைய இந்து நாளிதழில்... பிரஸ்மேன் 15 என்கின்ற அமெரிக்க உடல்நலம் / மனநலம் குறித்த சொல்லைப் பற்றி விளக்கப்பட்டு உள்ளது. சுருக்கமாக சொல்ல வேண்டுமென்றால்... உணவும் மனதும் மிகவும் ஒன்றுக்கொன்று தொடர்புள்ள விஷயங்கள்... என்று தெரிகிறது என்றார் வெள்ளை வேந்தர்... தாத்தா... பிரஸ்மேன் என்றால் பத்திரிக்கையாளர்களா? 15 என்றால் 2015-ல் குறிப்பிடப்பட்டதா? என்று கேட்டாள் நிலா... முட்டைக்கோஸை... சாப்பிட ஆரம்பித்து இருந்தாள்.

நீ... முட்டைக்கோஸை சாப்பிடுவதில் மகிழ்ச்சி... பிரஸ்மேன் என்று தமிழில் எழுதியதால் கேட்கிறாய்... முதல் எழுத்து "எஃப்"... 'பி' அல்ல... Freshman புதிதாக கல்லூரியில் சேரும் மாணவர்கள் கேன்டினில் சாப்பிட்டு 15 பவுண்ட் எடை ஏறிவிடுவதைத்தான் அப்படி அமெரிக்காவில் சொல்றாங்கலாம். ஹிந்து மெட்ரோஃபிளஸ்ஸில் இப்படி மருத்துவ சொற்களை அதாவது பிரபலமாக உள்ள மருத்துவச் சொற்களை... எல்லோருக்கும் விளங்கும் வகையில் எழுதுகிறார்கள்... என்று புகழ்ந்தார் வெள்ளை வேந்தர்.

தாத்தா... அமெரிக்கா வார்த்தையைக் கேட்டு நமக்கு என்ன பலன் தாத்தா... நம்ம ஊருக்கு அது பொருந்துமா? என்று கேட்டான் கவிஞன்...

நல்லாக் கேட்டாய் கவிஞா! என்று குறுக்கிட்டார் ஒளிவிழி! நானும் அந்த சிறிய கட்டுரையைப் படித்தபொழுது முதலில் அப்படித் தான் நினைத்தேன்! ஆனால் நம்ப ஊரிலும்... துரித உணவகங்கள் மற்றும் துரித உணவுவகைகள் மீது குழந்தைகள்/ மாணவ மாணவியர்கள் ஆர்வம் காட்டி வருகின்றார்கள் இல்லையா! பிஸ்ஸா மற்றும்... கார்பனேட்டட் குளிர்பானம் என்றால் நிலாக்கு... உயிர்தானே என்றார்... ஒரு கேள்வியோடு நின்றார்?

14.2. செரித்தல் சரித்தல்

நிலா சொன்னாள்!

"அம்மா...

அது எப்பொழுதாவது ஒரு முறைதானே நம் வீட்டில் வாங்கு கிறோம்!"

என்றாள்...

குற்றச்சாட்டிலிருந்து விடுபடும் முனைப்பு தெரிந்தது...

“ஒப்புக்கொள்கிறேன் நிலா... ஒரு வேளை வீட்டில் இருந்து கல்லூரியில் விடப்படும் மாணவர்கள் மூன்று வேளையும் அப்படி சாப்பிட்டால்... சோடியம் அதிகமுள்ள உணவுகள் உடல்நலத்தை... பாதிக்குமாம்...”

என்றார் ஒளிவிழி...

இதில் எங்கே? எமோஷனல் இன்டெலிஜென்ஸ் வருகிறது?

என்று கவிஞன் கட் அன்ட் ரைட்டாக... பாயிண்ட்டைப் பிடித்தான்?

எழில்... அழகாக பதில் சொன்னார்...

தம்பி... கவிஞா... இங்கே கவனி...

மன அழுத்தத்திற்குட்பட்ட இளைஞர்கள் மாணவர்கள் உணவு மீது கவனம் செலுத்துவதில்லை! என்ன சாப்பிடுகிறோம் என்றே யோசிக்காமல்... படித்துக்கொண்டே... சைடில்... நொறுக்குபவர்கள் உண்டு... சாப்பாடானாலும்... சிற்றுண்டியானாலும்... உள்ளே என்ன போகிறது என்பதை உள்ளம் அறியாமல் போகிறது! சந்தோஷக் கொண்டாட்டங்களிலும்... விழாக் காலங்களிலும் சொல்லவே வேண்டாம்... இசை, தொலைக்காட்சி... போன்ற ஊடகங்களைப் பார்க்கும் பொழுது... அதிகமாக சாப்பிட்டு விடுகிறோம்... என்ன செய்வது? அதனால்... போதுமான சத்துக்கள் கிடைக்காமல் போகின்றன அல்லது சமநிலை சரிவிகித உணவு அமைவதில்லை... என்று கவிஞனின் கவனத்தை ஈர்த்து இன்றைய சிக்கலைச் சொன்னார் எழில்...

உணர்வுப்பூர்வமாக சாப்பிடுவதை ‘உணர்வருந்துதல்’ என்று சொல்லலாம்.

உடல்நலம் பேணுகின்ற வகையில் உண்ண வேண்டும் என்று எண்ணுவதற்கே சிஷ்டம் டூ திங்கிங் (System two Thinking) என்று சொல்லக்கூடிய... டேனியல் காஹ்னிமேன் சொல்லக்கூடிய மெதுவாக யோசிக்கின்ற உத்தியைப் பயன்படுத்த வேண்டும். காய்கறிகள், கீரைகள், பழங்கள், சரிவிகித அசைவம், பருப்பு வகைகள் மற்றும் எண்ணெய் வித்துக்கள் ஆகியவற்றைப்பற்றி... சிந்திக்கவே பொறுமை வேண்டும் அல்லவா...

கிரிக்கெட் பார்த்துக்கொண்டே! கொரித்தால்... அவை அனைத்தும் செரித்தால்... ஆளையே சரித்தால்... என்று ஒளிவிழி, உணவுக்கு மரியாதை கொடுக்கும் உணர்வுகளின் முக்கியத்துவம் குறித்துப் பேசினார்... பாதியில்... நிறுத்தினார் ஏனென்றால்... நிலா... சொன்னாள்...

அம்மா... இன்னுங்கொஞ்சம் முட்டைக்கோஸ் வைக்கிறீங்களா? “ஆ”... என்று ஆச்சரியப்பட்டு சிரித்தனர் அனைவரும்...

"ஏதோ ஒரு கவலை அல்லது சந்தோஷ யோசனையில் எதையோ நினைத்துக்கொண்டே சாப்பிடுபவர்கள் எப்படி விருந்தை அனுபவிக்க முடியும்! எப்படி சிறந்த உணவை தேர்ந்தெடுத்து உண்ண முடியும்?" என்றார் வெள்ளை வேந்தர்!

மோப்பக் குழையும் அனிச்சம் முகந்திரிந்து
நோக்கக் குழையும் விருந்து
(அதிகாரம் 9: விருந்தோம்பல் குறள் எண்: 90)

என்கிற குறளில், மெல்லிய, பழையகாலத்தில் பரவலாக அறியப் பட்டிருந்த அனிச்சம் என்கிற பூ... முகர்ந்து பார்த்தால் வாடிவிடுமாம்... ஆனால், விருந்துணவு கொள்பவர்களின் மனம், விருந்து தருபவர் 'முகம்' மாறிப் பார்த்தாலே வாடி விடுமாம்... என்று சொல்லப்பட்டு உள்ளது.

தாத்தா... என்னடா இவ்வளவு நேரம் திருக்குறள் வரவே இல்லையே! என்று காத்திருந்தேன்! சரியாகச் சொன்னீங்க! என்றாள் நிலா! அப்பொழுது...

14.3. புலிமியா

அம்மா வழக்கம் போல நீங்கள் எழுதும் எல்லா கதைகளையும் போல், "உணர்வருந்துதல்" கதையும் நல்லா இருந்தது என்றான் சொற்சிற்பி...

ஆமாம்மா... ஆனால், ஒரு சிறப்பம்சம் உணர்வருந்துதல் கதையில நான் பார்த்தது இருக்கு! அது மற்ற கதைகளிலே இல்லை! அது என்ன? என்று சொல்லுங்க பார்க்கலாம்! என்று கேட்டான் இளங்கன்று!

அப்படியா ஒவ்வொரு கதையும் தனித்தன்மை வாய்ந்ததுதான்... ஆனா உன்னோட கவனிப்பு ஒரு தனித்துவமான கோணத்தில் இருக்கும் அது என்ன என்று நீ சொல்லணும்... அதோட சேர்த்து 'புலிமியா என்றால் என்ன? என்றும் சொல்...

என்று இனியாள் கேட்டார்...6.10 அத்தியாயத்தில் ஏற்கனவே வந்திருந்தாலும், இளங்கன்று, அது தெரியாமல் அல்லது நினைவு வராமல் பேசினான்...

இதற்கு பதில்

அம்மா.. புலி... மிய்யா வகையைச் சேர்ந்ததுதான். புலி மாதிரி, நான் கேள்வி கேட்பேன்... ஆனால் பதில் நீங்கதான் சொல்ல வேண்டும். நான் கேட்ட கேள்விக்கான பதில் என்ன என்றால்...

உணர்வருந்துதல் கதையில்... உள்ள... எமோஷனல் இன்டெலி ஜென்ஸில் “சிஷ்டம் இரண்டு யோசனை” என்கின்ற காஹ்னிமேன் உடைய கருத்துக்கள் எல்லாம்... நேரடியாக கதையிலேயே கொடுத் திட்டாங்க... பொதுவாக கதை முடிஞ்சப்புறமாக அதை ஆராய்ச்சி செய்யும்பொழுதுதானே நாம் அதைப் பற்றியெல்லாம் படிப்போம்?

என்றான், இளங்கன்று.

“ஆமாம்... உணர்வருந்துதல் கதை எமோஷனல் இன்டெலிஜென்ஸ் புத்தகத்திற்காகவே இப்பொழுது 2019-ல் எழுதப்பட்டது. சென்ற ஆண்டு எழுதிய மற்ற கதைகளைப் போல அன்றி இந்தக் காரணத்தால் தான் இந்த உணவு... உண்ணும் கலை உணர்வுப் பூர்வமானது என்பதை விளக்குவதற்காக... எழுதப்பட்டதால் இப்படி இருக்கிறது”

என்ற இனியாள்,

“புலிமியா என்பதை Bulimia என்று சொன்னால் புலி... பூனை எல்லாம் வராது... இந்த புலிமியா என்பது உண்ணும் பழக்கத்தில் குழப்பம் ஏற்படுகிற கோளாறு. இதனால் பாதிக்கப்பட்டவர்கள் எங்கே தாங்கள் குண்டாகிவிடுவோமோ? என்று பயந்து... அதிகமாக சாப்பிட்டுவிட்டு வாந்தியும் எடுப்பார்களாம்!

என்றார் இனியாள்!

“என்ன கொடுமை அம்மா? இது”

என்றான் சொற்சிற்பி!

அவன் முகத்தில்... மகிழ்ச்சியின்மை தெரிந்தது...

“ஆமாம் சொற்சிற்பி, சில நேரங்களில் சிலர்... வீடுகளில் கீழ்க்கண்ட வசனங்களை நீ கேட்டிருக்கலாம்! பார்த்திருக்கலாம்”.

14.4. சாப்பாடு மேல கோபம்?

“எனக்கு சாப்பாடு வேண்டாம்!”

“ப்ளீஸ் சாப்பிடு கண்ணா”

“ம்ஹூம் முடியாது”

“கொஞ்சம் சாப்பிடு தம்பி “

“எனக்குப் பசிக்கலை”

“பரவாயில்லை கொஞ்ச நேரம் கழித்துச் சாப்பிடு”

“நான் கோபமாக இருக்கேன்! விட்டுடுங்க”

"ஏன் சாப்பாட்டு மேல் கோபப்படுகிறாய்! என்மீது தானே கோபம்?"

இது போன்ற வசனங்களில் கோபம்... என்று பேசப்படுவது எமோஷன் தான்! அதை சரிவர கையாளும் பொழுது... உணவு உடலுக்கு நல்லது தரும் வண்ணம் கையாளப்படுகிறது. யுவல் நோவா ஹராரி தனது 21-ஆம் நூற்றாண்டுக்கான 21 பாடங்கள் என்கிற மூன்றாவது, புத்தகத்தில் சொல்லும்பொழுது...

கோபம் வரும்பொழுது... அதை உற்றுப் பார்த்து... கொஞ்சம் ஆராய்ந்து... கோபத்தை உருவாக்குகிற காரணியை சரி செய்வதை விடுத்து கோபத்திற்கு காரணமாக காரணம் என்று நாம் நினைக்கிற, மனிதர்கள் மீது அதைக் காட்டி விடுகின்றோம். தன்னைத் தானே உற்று நோக்குகிற ஒருவர் - Introspection - விபாஷனா) Vipashana - பயிற்சி மூலம், தான் கோபம் அடைந்துகொண்டு இருக்கிறோம் என்பதைக் கண்டுபிடித்து விடுவார்... என்று கூறுகின்றார்.

மிக மிக எளிதான வழிமுறைகளைப் பின்பற்றுவதுதான் மிக மிக கடினமானதாகக் கருதப்படுகின்றது! என்று முடித்தார் இனியாள்!

மேற்கண்ட விஷயத்தை பஞ்ச் டயலாக் (dialogue) போல சொன்னால்... Doing - What is impossible is not important Doing what is possible in right time is important.

எது முடியலையோ அதைச் செய்வது முக்கியமல்ல

எது முடியுதோ... அதை செய்வது தான் முக்கியம்...

"அம்மா இனிமேல் சாப்பாடு மீது மட்டும் அல்ல... யார் மீதும் கோபப்படக்கூடாது என்று தெரிந்து கொண்டேன்".

என்றான் சொற்சிற்பி!

சாப்பாடு மீது கோபப்படாமல் இருப்பது மட்டும் அல்ல! "கூழானாலும் குளித்துக் குடி" என்ற பழமொழிக்கு ஏற்ப... ஒரு ஒழுங்கு முறையைப் பின்பற்றி உணவு உண்ணுவது மிகவும் சிறப்பாக அமையும். அதை விடுத்து தவிர்க்க இயலாத சூழ்நிலைகளைத் தவிர மற்ற நேரங்களில் பயணித்துக் கொண்டே உண்பது, திரைப்படம் பார்த்துக்கொண்டு என்ன உண்ணுகிறோம் என்றே அறியாமல் உண்ணுவது எல்லாம் இயன்றால் தவிர்த்தால் நல்லதுதான் என்றார் இனியாள்!

நூற்றுக்கு நூறு புத்தகம்...

கடந்த பதினான்கு அத்தியாயங்களாக... பரபரப்பாக... பல விஷயங்களைப் பேசிக்கொண்டிருந்தது.

நல்ல விஷயங்களும் ஒருநாள் முடிவுக்கு வந்தாக வேண்டும். அப்பொழுதான் நன்றாக இருக்கும்... என்று ஒரு ஆங்கிலப் பொன்மொழி உண்டு...

திருமூலரது திருமந்திரத்தோடு... முடிக்கிற அத்தியாயம்... இதோ வருகிறது.

"சாகும்வரை தமிழ்ப் படித்துச் சாகவேண்டும்'

என்றார் ஈழத்துக்கவிஞர் பண்டிதர் சச்சிதானந்தம் பிள்ளை...

அதுபோல நாம் படித்த தத்துவங்களைப் பற்றி மேலும் மேலும்... படிக்கத்தூண்டுகிறமாதிரி ஒரு தலைப்பு... இதோ... அத்தியாயம் 15.

15. மனசறிவியல்:- இது ஒரு தொடர்கதை

15.1.மந்திரம் தந்த தந்திரம்

சமீபத்தில் இனியாள் ஈரோடு கலைக் கல்லூரியில் ஒரு விழாவில் கலந்துகொண்டு எமோஷனல் இன்டெலிஜென்ஸ் குறித்தும் அதன் முக்கியத்துவம் குறித்தும் பேசினார். அந்தக் கூட்டம் முடிவுற்ற பிறகு சிறிது நேரம், கல்லூரிப் படிப்பு முடித்து போட்டித் தேர்வுகளுக்குத் தங்களைத் தயார் செய்து வருகிற மாணவர்கள்/ போட்டியாளர்களுடன் பேசிக்கொண்டு இருந்த பொழுது... ஒரு மாணவி...கேட்டார்...

மேடம் எமோஷனல் இன்டெலிஜென்ஸ் என்றால் என்ன? அவர் கேட்டதில் நியாயம் இருக்கிறது... இன்னும் நிறையப் பேர் இதைமட்டும் கேட்டு... மீண்டும் மீண்டும் தெரிந்துகொள்ள விருப்பப்படலாம். அந்தக் கூட்டத்தில் ஒருவேளை விளக்கமாக கூறவில்லையோ? என்னவோ?

எமோஷனல் இன்டெலிஜென்ஸ் - மீண்டும் அதன் நான்கு பாகங்களுடன் விளக்கினோம்.

அதை மீண்டும் ஒருமுறை வேண்டும் என்றால் பாகம் 1.7-ல் படித்துக் கொள்ளலாம்.

இதைப் பள்ளிகளில் நடத்த முடியுமா?

என்கின்ற ஒரு கேள்வி மிகப் பொருத்தமானது இங்கே!

அதாவது உணர்வு சார் நுண்ணறிவைக் கற்றுக் கொடுத்துவிட முடியுமா?

இந்தக் கேள்விக்கு... டேனியல் கோல்மேன் தனது புத்தகத்தில் பதில் சொல்கின்றார்...

அவர்... Nueva Learning Center நியுஇவா கற்கும் மையத்துக்கு சென்றபொழுது குழந்தைகள் “இந்திய முறைப்படி அமர்ந்துகொண்டு ‘சுய அறிவியல்’ பாடத்தைக் கற்றுக்கொண்டு இருந்தார்கள்...” என்று சொல்கின்றார். இதைப்பற்றி அத்தியாயம் 6.19-ல் உள்ளது.

எமோஷனல் இன்டெலிஜென்ஸிற்கும் இந்திய முறைப்படி அமருவதற்கும் சிலபல ஒற்றுமைகள் இருக்கின்றது போலும். மனதைப் பார்ப்பதற்கு இந்திய முறைப்படி அமருவது நல்லது என்று அமெரிக்கர்கள் நினைப்பது கொஞ்சம் மகிழ்ச்சியைத் தருகிறது. அறிவியல் முறைப்படி தியானம் தரும் நன்மைகள் குறித்து ஆராய்பவர்கள் தியானிப்பவர்களின் தலையில் மின்சார உணர்வு வாங்கிகளை வைப்பதை விட... தாங்களே தியானித்து உணர்ந்தால் இன்னும் அறிய முடியும் என்று ஹராரி சொல்லியிருப்பார். ஆக மதச்சார்பின்றி பல தியான முறைகள் இருப்பதாக அறிவியல் ஆராய்ச்சியாளர்கள் அறிந்து கொண்டுள்ளனர் என்பது வரை உறுதியாக கூறலாம்.

அறிவியல்: இயற்பியல், வேதியியல், உயிரியல் என்று பலவகைப் பட்டு பிரியும் பொழுது சமூக அறிவியல் வந்து இப்பொழுது மேலே பார்த்தீர்களேயானால் சுய அறிவியல் என்றும் ஒன்று இருப்பதாகத் தெரிந்துகொள்ள முடிகிறது.

அறிவியல் என்றால் அறிந்து கொள்வது என்று பொருள் கொள்ள... சுய-அறிவியல் என்பது தன்னைத் தானே அறிந்துகொள்வது என்று பொருள்படலாம். இதைக்குறித்து திருப்பூரில் ஒரு கூட்டத்தில் பேச, 'மனசறிவியல்' என்று தலைப்பு வைத்தார்... இனியாள்.

தன்னை அறிய தனக்கொரு கேடில்லை
தன்னை அறியாமல் தானே கெடுகின்றான்
தன்னை அறியும் அறிவை அறிந்தபின்
தன்னையே அர்ச்சிக்கத் தானிருந்தானே!

இந்தப் பாடலுக்குப்... பொருள் சொல்ல வேண்டுமா? என்று கேட்கத் தோன்றுகிறது

"உன்னை அறிந்தால் நீ உன்னை அறிந்தால்..., (இயற்றியவர்: கவியரசு கண்ணதாசன், இசை: K.V.மகாதேவன், பாடியவர்: T.M.சௌந்தரராசன் படம்: வேட்டைக்காரன், வருஷம்: 1964)

என்று ஒரு திரைப்படப் பாடல் உள்ளது. மேலே கண்ட முதல் பாடல் என்ன? புத்தகத்தில் வருகிறதா? திரையிசையா? என்று கேட்கத் தோன்றலாம்... பதில் விரைவில் சொல்கின்றோம்.

அப்படி அமெரிக்கப் பள்ளியில் என்னதான் சொல்லித் தருகிறார்கள் என்று பார்க்கலாம்... என்று இணையதளத்தில் பள்ளியின் பெயரைச் சொடுக்கினால்... எமோஷனல் இன்டெலிஜென்ஸ் போதிப்பதாக சொல்லியிருக்கிறார்கள் நீங்களும் பார்க்கலாம்.

இப்போது... முன்னர் எழுப்பிய கேள்விக்கான பதில் தன்னை அறிய... எனத் தொடங்கும்... பாடல் உள்ளது... 'திருமந்திரம்' என்கிற புத்தகத்தில்தான். திருமூலர் இயற்றியது. அற்புதமாக... எமோஷனல் இன்டெலிஜென்ஸ் பாடமான - 'அன்பே சிவம்" என்று போதித்ததே! அதே திருமந்திரம் தான்!

தொல்காப்பியரும், பாரதியாரும், திருவள்ளுவரும், திரையிசையும், திருமந்திரமும் என்று எல்லா தமிழ் இலக்கியங்களும் உணர்ந்து சொன்னதைத்தான் ஆங்கிலம் கூறும் அறிவியல் உலகம் உணர்வுசார் நுண்ணறிவு என்கிற பெயரில் ஆழமாகப் படித்து அற்புதம் என்று கொண்டாடி விளக்க முற்படுகிறது... இதை ஒப்பு நோக்கும் பொழுது, தெளிவாய் உணர முடிகிறது!

உலகெங்கிலும் போற்றப்படும் நவீன அறிவியல் முறைகளையும் வியக்க வைக்கின்ற பழக்க வழக்கப் படிப்புத் துறையின் (Behavioural science Department) புதுப்புது கருத்தாக்கங்களையும் -எளிய சொற்களில் மேலோட்டமாகத் தெரிந்துகொண்டோம் இந்தப் புத்தகத்தில் எடுத்துக் காட்டுகளாக கதைகளைச் சொல்லி... உரையாடல்கள் மூலம் போகிற போக்கில் உற்சாகமாக எழுதியவருக்கும் எழுச்சி தரும் வண்ணம் கற்பனை மேடையின் மீது ஆழ்ந்த கருத்துக்களை புதுமையான வடிவத்தில் அலங்கரித்து நடனமாடக் கண்டோம் இந்தப் புத்தகத்தில். மலர்ந்து மலராத உணர்வுசார் நுண்ணறிவுத் துறையின் வாசனை, உன்னதமானது என்பதை உணர்ந்த நாம்... அடுத்த கட்டமாக... நாம் தொட்டுக்காட்டியுள்ள மேதைகளை தொடர்ந்து படித்துப் பயன் பெறுவோமாக!

16. வாசகர் கருத்துக்கள்

"நூற்றுக்கு நூறு" - பள்ளி கல்லூரித் தேர்வுகளில் சதமடிப்பது 'மட்டுமே' முக்கியமல்ல திருப்தியான வாழ்க்கை, குடும்ப ஒற்றுமை, இனிமை, விட்டுக் கொடுத்தல், அறிவு வளர்ச்சி, நிம்மதி என அனைத்தும் அமைவதே இல்வாழ்க்கையாம் அஃதே நல்வாழ்க்கையாம்! இதைத் தெளிவாக எடுத்தியம்புவதாக உள்ளது தங்கள் 100/100.

ஆர்வம் இருந்தால் அதிசயங்கள் உருவாகும்... அழகிய வரிகள் சார்! பொருளாதாரம் பற்றிய விளக்கங்கள் தேவையான ஒன்றே.

தமிழின் இனிய இன்பத்தமிழ் பெயர்கள் இளமை. விரும்பிய அனைத்தும் நடக்கும், ஆனால் விரும்பிய வரிசையில் நடக்கிறதா?

இச்சமுதாயத்தில் வாழ்க்கையில் வெற்றி பெற வேண்டுமானால் உணர்வு சார்ந்த நுண்ணறிவினை கட்டுப்படுத்துபவர்கள் மாமேதைகளாக உருவாகக்கூடும் கட்டுப்படுத்தாதவர்கள் வாழ்வில் பலவித இன்னல்களுக்கு ஆளாகக் கூடும் என்பதை தங்கள் எழுத்துக்கள் மூலமாக எங்களை யோசிக்க வைக்கின்றீர்கள்! இனி வரும் எழுத்துகளனைத்தும் எங்களை சிந்திக்கவைக்கும் என்பதில் ஐயமில்லை! நன்றி சார்

வனிதா பிரபாகரன், 16/06/19, சென்னை

சார் முழுமையாக வாசித்தேன். சிறப்பாக உள்ளதுங்க சார். இயற்கை, அறிவியல், இலக்கியம் அனைத்தும் கலந்து எழுதுகின்றீர்கள். அரசுத் தேர்வெழுதுவோருக்கும் பயனுள்ளதாக இருக்கும். "உணர்வுசார் நுண்ணறிவு" என்பதை மிக சுலபமாக புரிய வைத்திருக்கிறீர்கள். 23 and me பற்றிய தகவல்கள் அருமை. இது ஒரு மிக சிறப்பான புத்தகமாக வாசகர்கள் மனதில் இடம்பெறும் என்பதில் சிறிதும் ஐயமில்லை சார்.

உமா, செங்கல்பட்டு

இப்புத்தகம் அன்றாட நிகழ்வுகளில் ஏற்படும் நெகிழ்வுகளையும், மகிழ்வுகளையும், நட்பையும், மன எழுச்சிகளையும் போகிற போக்கில் சொல்லிப் போகிறது. படிப்பவர்களுக்கு நன்றி உணர்வையும், மரியாதை பண்பையும் மனக்கிலேசம் இல்லாமல் சொல்லித் தருகிறது. "தின்னவரும் புலியையும் அன்போடு நீ சிந்தையில் கும்பிடுவாய்".. இவ்வரிகளை எம் சிந்தையில் வைத்துக் கொள்கிறோம்.

பெற்றோர் - வில், குழந்தை - அம்பு உதாரணங்கள் அருமை, பெற்றோர்களின் நினைவுகளுக்கு மேலாக மன ஊக்கிகளை முடுக்கி விட்டால் சாதிக்கலாம் என்பதை சாதாரணமாக சொல்லியிருப்பது கைதட்டலுக்குரியது! உள்ளூர் கேக்கும், உள்ளூர் டை- யும் ஆஹா!

யுவராஜ் தன்னம்பிக்கையின் எடுத்துக்காட்டு! சத்தம் இல்லாத தனிமை கேட்டேன்.. மூலமான தங்கள் சிந்தனை கருத்துக்கள் சிந்திக்க வைத்தன! 8 மெய்ப்பாடுகளுடனான மனிதர்களை அன்றாடம் சந்தித்து வருகிறோம். அதில் நான் எப்படி என என்னை எடை போட உதவியது.

வனிதா பிரபாகரன், 23.6.2019, சென்னை

அருமையான கட்டுரை மூலம் மனம் ஒன்றா அல்லது இரண்டா என்பதை தெளிவு படுத்தி விட்டீர்கள் சிறு நெருப்பு பொறி தான் பெரிய தீயாக உருவாகும் என்பது போல் இந்த ஒரு கட்டுரை மூலம் எங்கள் மனதை இரண்டு மடங்கு தெளிவு படுத்தி விட்டீர்கள் சார்-

பொன்குழலி அரவிந்த்

மனிதர்களுக்கு இரண்டு மனசு உண்டு என்பதை சாக்லேட்டுக்கு அடம் பிடிக்கும் நிலாவின் மூலமாக மிக சுவையாக விளக்கியுள்ளீர்கள் அய்யா. அதிக நேரம் கஷ்டப்பட்டாலும் மனிதர்கள் சுகமான முடிவை தரும் வாழ்க்கை பாதையையே தேர்ந்தெடுக்கிறார்கள் என்பதை டேனியல் காஹ்னிமேனின் குளிர் கை பரிசோதனையின் மூலமாக மிக எளிமையாக எல்லோருக்கும் தெளிவாக புரியும் வண்ணம் விளக்கியிருப்பது அற்புதம் சார்.

வாணி, திருச்சி

அரண் - அருமை, தங்கள் கட்டுரைகள், புத்தகங்கள் மூலமாக கால்பந்தாட்டத்தை பற்றி ஆர்வமுடன் நிறைய தெரிந்து கொள்கிறோம். விளையாட்டையும் உளவியலையும் இணைத்து தாங்கள் சொல்லும் கருத்துக்கள் அற்புதம். இன்றைய இந்து பத்திரிக்கையில் வெளிவந்துள்ள கட்டுரையையும் இக்கதையோடு இணைத்து புரியும் வகையில் சிறப்பாக விளக்கியுள்ளீர்கள்.

பெல்ஜியம் அணி தோல்வியை தவிர்க்கும் வெறியோடு ஆடி வெற்றிபெற்றார்கள் என்பதன் மூலம் தோல்விச்சார்பு என்றால் என்ன என்பது மனதில் நிற்கும் வண்ணம் அருமையாக விளக்கப்பட்டுள்ளது.

வாணி, திருச்சி, 23.6.19

சைக்கோ நியூரோ இம்யூனாலஜியை ஒரே ஒரு எளிமையான கேள்வியால் புரிய வைத்திருக்கிறீர்கள் அதுவும் சரியான நேரத்தில், Thinking Fast and Slow புத்தகத்தை படிக்கலாம் என எடுத்து இருபது பக்கங்களை கடந்து விட்டப் பிறகும் இதெல்லாம் நமக்கு புரியுமா, தொடரலாமா இல்லை இப்புத்தகத்தைப் பற்றி சார் சொல்லும் எளிமையான கருத்துக்களை மட்டும் படித்து தெரிந்து கொள்ளலாமா என்ற யோசனையுடனே படித்தேன். இப்பொழுதான் என்னாலும் படிக்க முடியும் என்று நம்பி படிப்போம் என்ற எண்ணம் வருகிறது.

வாணி, திருச்சி, 29/6/19

மனக்கட்டுப்பாடு பற்றிய தகவல்கள் அருமை சார். அதைக் குழந்தைகளுக்கு எளிதில் புரிய வைக்க தாங்கள் எடுத்திருக்கும் முயற்சி சிறப்பானது. மனசுக்கு பிடித்ததை உடனுக்குடன் செய்ய முடிவது சந்தோஷத்தை தருவதே, சில காரணங்களால் நினைத்ததை செய்ய முடியாமல் போகும் போது கிடைத்ததை ஏற்றுக் கொண்டு சந்தோஷமாக வாழ மனக்கட்டுப்பாடு அவசியமானதே. தங்கள் புத்தகங்களை படிக்கும் போது பாடத்திற்கு அப்பாற்பட்டு என் குழந்தைக்கு எந்தெந்த விஷயங்களை எல்லாம் கண்டிப்பாக சொல்லித் தர வேண்டும் என்ற தெளிவு வருகிறது சார்.

நோபல் பரிசு வாங்கினால் போதும் வீட்டுப்பாடம் செய்ய வேண்டாம் என்று சிஸ்டம் *1* ன் படி நினைத்தால் அதற்குள் வீட்டு பாடமும் வேண்டும் என்று சிஸ்டம் 2-ன் வழியாக யோசிக்க வைக்கிறீர்கள் சார்.

வாணி, திருச்சி

கை கிரிக்கெட்டில் தொடங்கி ஒருவன் வாழ்க்கையில் முன்னேற அவரை சுற்றி உள்ளவர்களின் ஒத்துழைப்பும் அன்பும் எந்த அளவிற்கு அவசியம் என்பதையும், தைரியமும் பாதுகாப்பும் தந்து இலக்கினை அடைய ஊன்று கோலாக சுற்றம் உள்ளது என்பதையும் அருமையாக விளக்கியுள்ளீர்கள்.

Kate Raworth பொருளாதார வல்லுநரின் இல்லத்தரசிகளின் பெருமை குறித்த கருது அனைத்து பெண்களுக்கும் சென்றடைந்தால் பெரும் மகிழ்ச்சியடைவார்கள்.

உமா, செங்கல்பட்டு

உளவியல் ரீதியாக தூண்டப்பட்டு அடுத்தவர்களை விட நாம் குறைவாக அளித்துவிடக்கூடாது என்ற எண்ணம் தோன்றுவது இயல்பு. இரயிலுக்குள் உணவளித்தவர்க்கு கொடுக்கப்படும் டிப்ஸ் ஐ வைத்து நட்ஜ் பற்றி விளக்கியிருப்பது நச்சென்று மனதில் நிற்கிறது.

ஜமைக்கா- ஓட்டப்பந்தய வீரர் - உசேன் போல்டு குறித்து 2016-ல் வெளியான I am Bolt திரைப்படம் குறித்த கதைச்சுருக்கம் உள்ளார்ந்த கருத்தும் பள்ளி கல்லூரி மாணவர்கள் மட்டுமின்றி அனைவருக்கும் பொருந்தக்கூடியது.

உமா செங்கல்பட்டு

உணர்வருந்துதல் அருமையான கட்டுரை, உணவு உண்ணும் போது கோபம் சந்தோஷம் போன்ற உணர்வுகளுடன் எண்ண உண்ணுகிறோம் என்பதை கருத்தில் கொள்ளாமல் சாப்பிடுவதால் சரிவிகித உணவாக எடுத்துக்கொள்வதில்லை என்பதை சுட்டிக் காட்டி உணவை உணர்ந்து உண்ண வேண்டும் என்பதை மிக அழகாக விளக்கியுள்ளீர்கள்.

அது மட்டுமின்றி உணவு உண்ணும் பொழுது அதற்கான முறை மற்றும் மரியாதை எப்படி தர வேண்டும் என்பது குறித்த வரிகள் அருமையானது ஐயா. கோபத்திற்கு காரணமான காரணி என்பதை கண்டறிந்து அதை சரிசெய்வதை விடுத்து கோபத்திற்கு காரணமான வர்கள் மீது கோபப்படுகிறோம் என்பது நிதர்சனமான உண்மை.

உமா செங்கல்பட்டு

இப்புத்தகம் மூலம் புதுப்புது யுக்திகளையும், கருத்துக்களையும் உணர்வுசார் நுண்ணறிவு மூலம் உணர வைத்துள்ளீர்கள் சார்!.. ஏம்பா இது எல்லாமா பிரச்சினை? என்று கேட்பவர் மத்தியில் "இதுதான் பிரச்சினையே!" என்பதை உரக்க சொல்லி வெளிநாட்டு, உள்நாட்டு உளவியலாளர்களையும் அவர்தம் புத்தகங்களையும் ஆராய்ச்சிகளையும் எங்களிடையே பகிர்ந்து கொண்டது... ஆஹா நிறைய கற்றுக் கொண்டோம் என்ற திருப்தியை தருகிறது. அனைத்துப் பிரச்சினையின் மூலக்காரணமே மனம் தான்... அதனை வெற்றி கொள்பவனே, ஆளத் தெரிந்தவனே... உலகில் உயர்வான இடத்திற்கு செல்கிறான் என்பதை எமோஷனல் இன்டெலிஜென்ஸ் மூலம் ஒவ்வொரு எடுத்துக்காட்டின் வழியாக உள்ளம் கவர்ந்துள்ளீர்கள்!! தங்கள் எழுத்துலகில் மென்மேலும் புகழ்பெற வாழ்த்துக்கள் சார்!!

பொ.வனிதா பிரபாகரன், சென்னை

Glossary

A

1	ஏ.பி.ஜே. அப்துல்கலாம்	6.19
2	அட்ரீனலின்	6.12
3	கிரி-47	3.9
4	ஆல்வின் டாஃப்ளர்	6.7
5	அலெக்ஸித்தைமா	11.2
6	அமல்ராஜ்	6.14
7	அமிக்டலா	2.2, 4.4
8	அண்ணாமலை	13.4
9	ஏஞ்சலா லீ டக்வொர்த் (Angela lee Duckworth)	10.12
10	ஆன்னி வோஜ்சிக்கி	2.6
11	அர்ஜுனன்	6.13
12	அர்ஜுனா விருது	3.6
13	அரிஸ்டாடில்	6.17

B

1	பதாம் அரவிந்த ரெட்டி (Baddam Aravinda Reddy)	8.3
2	Biology of Belief	10.5
3	Bruce Lipton	10.5

C

1	கேஸ்ட் அவே (Cast - away)	6.7
2	கேரக்டர் லாப் (character lab)	10.11
3	கார்ல் யுங் (Carl Jung)	12.3

D

1	தேவதேவன்	*4.1*
2	டேவிட் வார்னர்	*1.6*
3	டோபமைன்	*3.7*
4	டேல் கார்னெகி	*6.11*
5	டேனியல் கோல்மேன்	*1.7, 6.8*
6	டேனியல் காஹ்னிமேன்	*2.3, 4.7*

E

1	எபினேஷர் காப் மோர்லி (Ebenezer Cobb Morley (1831-1924)	*8.2*
2	எம்பதி	*3.8, 13.4*
3	இரண்டு மனசுகள்	*7.2*
4	ஐன்ஸ்டைன்	*10.4*

F

1	Father of Football	*8.2*
2	FDA	*2.6*
3	ஃபார்மலின்	*5.1*
4	ஃபிரிக்கோனாமிக்ஸ்	*2.5, 10.2*

G

1	Grit - *மனஉறுதி*	*10.12*
2	Glen Mills *(கிளென் மில்ஸ்)*	*13.3*

H

1	ஹேர்ரி லெவின்ஸன்	*6.6*
2	ஹேர்ரி மெடாக்ஸ்	*6.15*
3	ஹோமோ டியூஸ்	*2.3*
4	ஹிப்போகேம்பஸ்	*2.4*

I

1	I am Bolt	*13.3*
2	லெபனான்	*3.4*

J

1	ஜான்க்ரே	6.18
2	ஜெய்கிஷன்	1.6
3	ஜெரோம் காகன் (Jerome kagan)	9.2
4	ஜோசப்லீடாக்ஸ்	6.4
5	ஜஸ்டின் கேட்லின் (Justin Gatin)	13.4

K

1	Kagan - temperament	9.2
2	கால் லைட்மேன்	5.2
3	கலீல் ஜிப்ரான்	3.4
4	காம்ரன் நேஸ்ஹட்	6.5
5	கனல் கண்ணன்	5.4
6	கனவழகு	3.1
7	காந்தியடிகள்	3.2
8	கார்டெக்ஸ்	2.2, 4.4
9	கேட் ராவொர்த் (Kate Raworth)	12.2
10	கொலின்டா கிராபர் கிட்டாரோவிக்	11.1
11	கோர்ட்டாய்ஸ்	8.2
12	திரு. குல்சாரிலால் நந்தா	6.13

L

1	Lie to me	4.2, 5.2

M

1	மைக்ரோ எக்ஸ்பிரஷன்...	4.3
2	மெஸ்ஸி	8.1

N

1	நரசிம்ம வர்ம பல்லவர்	2.5
2	நார்கோடிக் டிரக்ஸ்	3.7
3	நெய்மர்	8.2, 9.1
4	நோகாம நொங்கு தின்றது	10.11
5	நட்ஜ்	10.8
6	Nueva Learning Center	15.1

P

1	Participatory Note	1.2,1.4
2	பால் எக்மேன்	3.9, 4.2, 6.8
3	பயணம் திறந்த இதயம்	3.1, 10.9
4	பீட்டர் டிரக்கர்	6.7
5	PTSD Post Traumatic Stress Disorder	6.16
6	பிரக்னானந்தா PRAGGNANANDHAA	12.1
7	Prophet	3.4
8	பரேய்லி	1.2
9	Pseudo Science	1.7
10	புலீமியா நெர்வோஸா	6.10

R

1	இராபர்ட் ஏடர் (Robort Ader)	6.5, 10.2
2	இராமன் லம்பா	1.6
3	இரமணர்	2.4
4	இராமானுஜன் எண்	1.2
5	ரிச்சர்ட் தேலர்	10.9
6	ரால்ஃப் டோபெல்லி	8.4
7	ரூ (Ruuh)	10.2

S

1	சைக்கோட்ரோஃபிக் சப்ஸ்டென்சஸ் (Psychotropic Substances)	3.7
2	டாக்டர் சங்கர சரவணன்	3.6
3	செரடோனின்	3.7
4	சுதாகர் IPS	4.2
5	சுஜாதா	6.2
6	சிவகாமி	2.5
7	செர்ஜி பிரின்	2.6
8	ஸ்வரூப் IAS	3.3

T

1	டேஸ்டெமோனோ	4.2
2	Thierry Henry	11.1
3	திருமூலர்	2.4, 15.1
4	திருவள்ளுவர்	6.1
5	தொல்காப்பியம்	4.2
6	திரு. ப.எஸ்.இராகவன், இ.ஆ.ப	6.13
7	23 and me	2.6
8	21 ஆம் நூற்றாண்டுக்கான 21 பாடங்கள்	13.1, 14.4

U

1	ஊர்வி ஜேகப் (Urvi Jacob)	14.1
2	உசைன் போல்ட்	13.3

V

1	விபாஷனா மெடிட்டேஷன்	4.7
2	வேள்பாரி	5.2
3	வீட்டுப்பாடம்	10.10
4	விவேகானந்தர்	2.4

W

1	why kids Lie	5.3

Y

1	யுவல் நோவா ஹராரி	1.5, 4.7, 7.2
2	யுவராஜ் சிங்	3.6